ഒരു വിദ്യാർത്ഥി മാത്രമല്ല

മുഖ്താർ എൻ

Made with ♥ on the Notion Press Platform
www.notionpress.com

എൻ്റെ യാത്രയുടെ അടിത്തറയും ശക്തിയുമായ എൻ്റെ പ്രിയപ്പെട്ട അച്ഛനും അമ്മയ്ക്കും, നിങ്ങളുടെ അചഞ്ചലമായ പിന്തുണയും മാർഗ്ഗനിർദ്ദേശവുമാണ് എന്നെ ഇത്രയും ദൂരം എത്തിച്ചത്. എന്നിലുള്ള നിങ്ങളുടെ വിശ്വാസം എപ്പോഴും എനിക്ക് ഒരു ശക്തിയുടെ ഉറവിടമായിരുന്നു, ദൃഢനിശ്ചയത്തോടും ധൈര്യത്തോടും കൂടി എൻ്റെ സ്വപ്നങ്ങൾ പിന്തുടരാൻ എന്നെ പ്രചോദിപ്പിച്ചു. ഈ പുസ്തകം നിങ്ങളുടെ നിത്യമായ സ്നേഹത്തിൻ്റെയും നിങ്ങൾ പകർന്ന വിലമതിക്കാനാവാത്ത പാഠങ്ങളുടെയും ഒരു തെളിവാണ്.

ഉള്ളടക്കം

ആമുഖം

ജീവിതം ഒരു യാത്രയാണ്. ഓരോ കാൽവെപ്പും ഓരോ കഥയാണ്. ചിലപ്പോൾ ആ കഥകൾ സ്വപ്നങ്ങളെക്കുറിച്ചാവാം, ചിലപ്പോൾ പോരാട്ടങ്ങളെക്കുറിച്ചാവാം, ഇനിയും ചിലപ്പോൾ സാധ്യതകളെക്കുറിച്ചാവാം. ഈ പുസ്തകം എന്റെ കഥയുടെ ഒന്നാം ഭാഗമാണ്, സ്വപ്നങ്ങളുടെയും പോരാട്ടങ്ങളുടെയും സാധ്യതകളുടെയും കഥ. എന്റെ ആത്മകഥയുടെ ഒരിടം.

എളിയ തുടക്കത്തിൽ നിന്ന് ഒരു സംരംഭകനിലേക്കുള്ള എന്റെ യാത്രയിൽ, പലപ്പോഴും ഞാൻ തനിച്ചായിരുന്നു. സംശയങ്ങളും ഭയവും എന്നെ പിന്തുടർന്നു. എന്നാൽ എന്റെ ഉള്ളിൽ ഒരു തീ കത്തിക്കൊണ്ടിരുന്നു - എന്റെ സ്വപ്നങ്ങളെ കൈവിടാതെ മുന്നോട്ട് പോകാനുള്ള തീവ്രമായ ആഗ്രഹം.

ഈ പുസ്തകത്തിൽ, ഞാൻ എന്റെ അനുഭവങ്ങൾ പങ്കുവെക്കുന്നു, പാഠങ്ങൾ പങ്കുവെക്കുന്നു, വിജയങ്ങളും പരാജയങ്ങളും പങ്കുവെക്കുന്നു. ഇത് നിങ്ങൾക്കുള്ള ഒരു പ്രചോദനമാകുമെന്നും, നിങ്ങളുടെ സ്വപ്നങ്ങളെ പിന്തുടരാൻ നിങ്ങൾക്ക് ധൈര്യം നൽകുമെന്നും ഞാൻ വിശ്വസിക്കുന്നു. കാരണം, ഓരോ കഥയും ഓരോ പാഠമാണ്, ഓരോ പാഠവും ഓരോ തുടക്കമാണ്. ഈ പുസ്തകം നിങ്ങളുടെ തുടക്കത്തിന് ഒരു കൈത്താങ്ങാകട്ടെ എന്ന് ആശംസിക്കുന്നു. ഇതൊരു യാത്രയാണ്, ഇനിയും ഒരുപാട് ദൂരം പോകാനുണ്ട്. ഈ പുസ്തകം എൻ്റെ കഥയുടെ ഒരു തുടക്കം മാത്രമാണ്, ഒന്നാം ഭാഗം മാത്രമാണ്.

മുഖവുര

സ്വപ്നങ്ങൾ പലപ്പോഴും പലർക്കും വെറും സ്വപ്നങ്ങളായിത്തന്നെ അവശേഷിക്കുന്നു. എന്നാൽ ആദ്യ ചുവടുവെപ്പ് എടുക്കാൻ ധൈര്യപ്പെടുന്നവർക്ക് അവ യാഥാർത്ഥ്യമാവുന്നു. ഈ പുസ്തകം വിജയത്തെക്കുറിച്ച് മാത്രമല്ല; ഒരു വ്യക്തിയുടെ യാത്രയെ രൂപപ്പെടുത്തുന്ന പോരാട്ടങ്ങൾ, പരാജയങ്ങൾ, പാഠങ്ങൾ എന്നിവയെക്കുറിച്ചാണ്.

യുവ മനസ്സുകളോട് സാധാരണ പാത പിന്തുടരാൻ പറയുന്ന ഒരു ലോകത്ത്, ഈ പുസ്തകം ഒരു ഓർമ്മപ്പെടുത്തലാണ് - അഭിനിവേശവും സ്ഥിരോത്സാഹവും ഏതൊരു തടസ്സവും തകർക്കാൻ കഴിയും എന്നത്. ഇത് പഠനത്തിൻ്റെയും വെല്ലുവിളികളെ അതിജീവിക്കുന്നതിൻ്റെയും പ്രായമൊരു വലിയ കാര്യം നേടുന്നതിന് ഒരിക്കലും തടസ്സമല്ലെന്ന് തെളിയിക്കുന്നതിൻ്റെയും ഒരു യാത്രയാണ്.

യഥാർത്ഥ അനുഭവങ്ങളിലൂടെയും നർമ്മത്തിലൂടെയും ആഴമായ ചിന്തകളുടെ നിമിഷങ്ങളിലൂടെയും, ഈ പുസ്തകം വഴിതെറ്റിയതായോ, പിന്തുണയില്ലാത്തതായോ, അവരുടെ ഭാവിയെക്കുറിച്ച് ഉറപ്പില്ലാത്തതായോ തോന്നുന്നവരെ പ്രചോദിപ്പിക്കാൻ ഉദ്ദേശിച്ചുള്ളതാണ്. നിങ്ങളിൽ ആരെങ്കിലും സ്വയം സംശയിക്കുകയോ ഉപേക്ഷിക്കാൻ തോന്നുകയോ ചെയ്തിട്ടുണ്ടെങ്കിൽ, ഈ പുസ്തകം നിങ്ങൾക്കുള്ളതാണ്.

സ്വന്തം വഴി സൃഷ്ടിക്കാൻ സ്വപ്നം കാണുന്നവർക്ക് ഇത് ഒരു മാർഗ്ഗദർശിയായും, ഒരു സുഹൃത്തായും, പ്രചോദനത്തിൻ്റെ ഒരു ഉറവിടമായും വർത്തിക്കട്ടെ.

1

എല്ലാം മാറ്റിമറിച്ച ഒരു തീപ്പൊരി

രംഗം 1: ആ നിമിഷം

ക്ലാസ്സ്റൂം പതിവുപോലെ ബഹളമയമായിരുന്നു. പേന ഞെക്കി, കസേരകൾ ഞെരിഞ്ഞും, സമയം ഇഴഞ്ഞു നീങ്ങുന്നതുപോലെ തോന്നി.

ഞാൻ ചാരിയിരുന്ന്, ടീച്ചർ എന്തോ പറയുന്നതിൽ പകുതി ശ്രദ്ധിച്ചും പകുതി ശ്രദ്ധിക്കാതെയും ഇരുന്നു. മറ്റൊരു സാധാരണ സ്കൂൾ ദിവസം - അല്ലെങ്കിൽ ഞാൻ അങ്ങനെ കരുതി.

പെട്ടെന്ന്, വാതിലിൽ ഒരു മുട്ട് കേട്ടു. ടീച്ചർ പുരികം ഉയർത്തി, സംശയിച്ചു. ഹെഡ്മാസ്റ്റർ അകത്തേക്ക് വന്നു, പിന്നാലെ നല്ല വസ്ത്രം ധരിച്ച ഒരു കൂട്ടം ആളുകളും. അവരെ കണ്ടിട്ട് ഏതോ വലിയ കമ്പനിയിൽ നിന്ന് വരുന്നവരെപ്പോലെ തോന്നി. ഗൗരവമുള്ള മുഖങ്ങൾ.

"വിദ്യാർത്ഥികളെ, ടാൽറോപ് ടീമിനെ പരിചയപ്പെടൂ. നമ്മുടെ സ്കൂളിനുള്ളിൽത്തന്നെ ഒരു സോഫ്റ്റ്വെയർ ഡെവലപ്പ്മെൻറ് ഓഫീസ് സ്ഥാപിക്കുകയാണ് ഇവർ!"

സ്കൂളിൽ ഒരു സോഫ്റ്റ്വെയർ കമ്പനിയോ? എന്റെ ഹൃദയം വേഗത്തിൽ മിടിച്ചു. ഇത് സിനിമയിൽ മാത്രം

കാണുന്ന കാര്യമാണല്ലോ. ഹെഡ്മാസ്റ്റർ തുടർന്നു, "ഒരു എഴുത്തുപരീക്ഷയിലൂടെ 50 വിദ്യാർത്ഥികളെ തിരഞ്ഞെടുക്കും. അവരിൽ 20 പേരെ അഭിമുഖത്തിലൂടെ തിരഞ്ഞെടുക്കും.

നിങ്ങൾക്ക് യഥാർത്ഥ എഞ്ചിനീയർമാരോടൊപ്പം പ്രവർത്തിക്കാനും കോഡിംഗ് പഠിക്കാനും സ്കൂളിൽ വെച്ച് തന്നെ ഒരു കോർപ്പറേറ്റ് അന്തരീക്ഷം അനുഭവിക്കാനും കഴിയും."

ക്ലാസ്സ്റൂം സംസാരത്തിൽ മുഴങ്ങി. ഞാൻ കണ്ണും മിഴിച്ചും ഇരുന്നു. ഇത് സത്യമാണോ? ഞാൻ ഓർത്തു. എനിക്ക് എപ്പോഴും ടെക്നോളജിയോട് ഒരു താല്പര്യമുണ്ടായിരുന്നു, പക്ഷേ ഇത് വേറെ ലെവലായിരുന്നു. അപ്പോഴേ ഞാൻ തീരുമാനിച്ചു - എനിക്ക് ഇതിൽ കയറണം.

രംഗം 2: തിരഞ്ഞെടുപ്പ് പ്രക്രിയ

ഒരാഴ്ച കഴിഞ്ഞപ്പോൾ, ഞാൻ ഒരു വലിയ ഹാളിൽ, ടെസ്റ്റ് പേപ്പറിനെ തുറിച്ചുനോക്കി ഇരിക്കുകയായിരുന്നു. എന്റെ ചുറ്റും, ഏകദേശം 500 വിദ്യാർത്ഥികൾ എന്തൊക്കെയോ കുത്തിക്കുറിക്കുന്നു. പരീക്ഷ എളുപ്പമായിരുന്നില്ല, പക്ഷേ ഞാൻ എന്റെ പരമാവധി ശ്രമിച്ചു. റിസൾട്ട് വന്നപ്പോൾ, 50 പേർ ആദ്യ റൗണ്ടിൽ വിജയിച്ചു, ഞാനും അതിൽ ഒരാളായിരുന്നു.

പിന്നെ ഇന്റർവ്യൂ ആയിരുന്നു. ഇന്റർവ്യൂ പാനലിന്റെ മുന്നിൽ ഇരുന്നപ്പോൾ എന്റെ ഹൃദയം വേഗത്തിൽ മിടിച്ചു. അവർ കോഡിംഗ്, പ്രോബ്ലം സോൾവിംഗ്, ടെക്നോളജിയോടുള്ള എന്റെ പാഷൻ എന്നിവയെക്കുറിച്ച് ചോദ്യങ്ങൾ ചോദിച്ചു. എനിക്ക് കഴിയുന്നത്ര ആത്മവിശ്വാസത്തോടെ ഞാൻ ഉത്തരം പറഞ്ഞു.

അവസാനം, ഫലങ്ങൾ പ്രഖ്യാപിച്ചു. 20 വിദ്യാർത്ഥികളെ മാത്രമാണ് തിരഞ്ഞെടുത്തത് - എന്റെ പേരും ആ ലിസ്റ്റിൽ

ഉണ്ടായിരുന്നു.

രംഗം 3: സ്വപ്നത്തിൽ ജീവിക്കുന്നു

ടാൽറോപ് ഓഫീസിൽ ആദ്യ ദിവസം മുതൽ, ഞാൻ മറ്റൊരു ലോകത്തേക്ക് കടന്നതുപോലെ തോന്നി.

റൂം ഊർജ്ജം നിറഞ്ഞതായിരുന്നു. ഡെസ്ക്ടോപ്പുകൾ മൂളി, കീബോർഡുകൾ ഞെക്കി, ഒരു ലക്ഷ്യബോധം നിറഞ്ഞു. ഞങ്ങൾ ഇനി വെറും വിദ്യാർത്ഥികളല്ല - ഞങ്ങൾ വലിയ എന്തോ ഒന്നിന്റെ ഭാഗമായിരിക്കുന്നു . ഓഫീസ് മിനുസമാർന്നതും ആധുനികവുമായിരുന്നു, ഗ്ലാസ് ഭിത്തികളും സങ്കീർണ്ണമായ ഡയഗ്രാമുകൾ നിറഞ്ഞ വൈറ്റ്ബോർഡുകളും. അത് ഒരു യഥാർത്ഥ ടെക് വർക്ക്സ്പേസായിരുന്നു, എനിക്ക് വിശ്വസിക്കാൻ കഴിഞ്ഞില്ല.

ഞങ്ങളുടെ മെന്റർ, സഫീർ നജുമുദ്ദീൻ സർ, ഒരു പുഞ്ചിരിയോടെ ഞങ്ങളെ സ്വാഗതം ചെയ്തു.

"ടീമിലേക്ക് സ്വാഗതം," അദ്ദേഹം പറഞ്ഞു. "ഇപ്പോൾ മുതൽ, നിങ്ങൾ വെറും വിദ്യാർത്ഥികളല്ല. നിങ്ങൾ ഡെവലപ്പർമാരാണ്. ഇത് പഠിക്കാനും വളരാനുമുള്ള നിങ്ങളുടെ അവസരമാണ്. പരമാവധി പ്രയോജനപ്പെടുത്തുക."

ഞാൻ ഫ്രണ്ട്എൻഡ് ഡെവലപ്മെന്റിലേക്ക് എടുത്തുചാടി, ഓരോ പാഠവും ഒരു സ്പോഞ്ച് പോലെ ആഗിരണം ചെയ്തു. ഓരോ ദിവസവും ഞാൻ പുതിയ എന്തെങ്കിലും പഠിച്ചു - HTML, CSS, JavaScript. അനന്തമായ സാധ്യതകളുടെ ലോകത്തേക്ക് വാതിലുകൾ തുറക്കുന്നതുപോലെ തോന്നി.

ഞങ്ങൾ വെറും ലെക്ചറുകളിൽ ഇരിക്കുകയായിരുന്നില്ല. ഞങ്ങൾ യഥാർത്ഥ പ്രോജക്ടുകൾ നിർമ്മിക്കുന്നു, കോഡ് എഴുതുന്നു, പ്രശ്നങ്ങൾ പരിഹരിക്കുന്നു. ചില ദിവസങ്ങളിൽ, എനിക്ക് പേടിയായിരുന്നു. ടാസ്ക്കുകൾ

വെല്ലുവിളിക്കുന്നതായിരുന്നു, ഡെഡ്ലൈനുകൾ യഥാർത്ഥമായിരുന്നു. പക്ഷേ അതാണ് എന്നെ ആവേശം കൊള്ളിച്ചത്.

ഏറ്റവും നല്ല ഭാഗം? സഫീർ സർ എന്റെ ശ്രമം ശ്രദ്ധിച്ചു.

"നീ നന്നായി ചെയ്യുന്നുണ്ട്, മുക്താർ," അദ്ദേഹം ഒരു ദിവസം എന്നോട് പറഞ്ഞു. "ഇങ്ങനെ തുടരുക."

അദ്ദേഹത്തിന്റെ വാക്കുകൾ എനിക്ക് ലോകം .കൈയ്യിൽ കിട്ടിയതുപോലെ തോന്നി. ഓരോ പ്രശംസയും എന്റെ നിശ്ചയദാർഢ്യത്തിന് ആഴം കൂട്ടി. ഞാൻ മറ്റാരെക്കാളും വേഗത്തിൽ ജോലികൾ തീർക്കാൻ തുടങ്ങി, എപ്പോഴും മെച്ചപ്പെടുത്താൻ സ്വയം പ്രേരിപ്പിച്ചു.

എന്റെ ക്ലാസ്സ്മേറ്റ്സ് പലപ്പോഴും എന്റെ സഹായം ചോദിച്ചു, ഞാൻ പഠിച്ച കാര്യങ്ങൾ പങ്കുവെക്കാൻ എനിക്ക് സന്തോഷമേ ഉണ്ടായിരുന്നുള്ളൂ. പതുക്കെ, ഞാൻ ഫ്രണ്ട്എൻഡ് ഡെവലപ്മെന്റിനുള്ള "ആവശ്യക്കാരനായി" മാറി. ഞാൻ പഠിക്കുക മാത്രമായിരുന്നില്ല - ഞാൻ വിജയിക്കുകയായിരുന്നു.

ഓഫീസ് എനിക്ക് രണ്ടാമത്തെ വീട് പോലെ തോന്നി. ഞങ്ങൾക്ക് ടീം മീറ്റിംഗുകൾ, ബ്രെയിൻസ്റ്റോമിംഗ് സെഷനുകൾ, ചായ കുടി വരെ ടെക് സംസാരങ്ങൾ നിറഞ്ഞതായിരുന്നു. ഇത് വെറും കോഡിംഗിനെക്കുറിച്ചായിരുന്നില്ല; നൂതനത്വത്തെയും വളർച്ചയെയും വിശ്വസിക്കുന്ന ഒരു കമ്മ്യൂണിറ്റിയുടെ ഭാഗമാകുന്നതിനെക്കുറിച്ചായിരുന്നു.

ഓരോ ആഴ്ചയും, സഫീർ സർ ഞങ്ങളുടെ പുരോഗതി പരിശോധിക്കുകയും, ഫീഡ്ബാക്ക് നൽകുകയും, ഉയർന്ന ലക്ഷ്യങ്ങൾ ലക്ഷ്യമിടാൻ ഞങ്ങളെ പ്രേരിപ്പിക്കുകയും ചെയ്യും.

"വലുതായി ചിന്തിക്കുക," അദ്ദേഹം പറയും. "പ്രയത്നിക്കാൻ തയ്യാറാണെങ്കിൽ പരിധികളില്ല."

ഞാൻ അദ്ദേഹത്തെ വിശ്വസിച്ചു.

എന്റെ ജീവിതത്തിൽ ആദ്യമായി, ഞാൻ ശരിക്കും അസാധാരണമായ എന്തിന്റെയെങ്കിലും ഭാഗമായി തോന്നി. ഇതൊരു സ്കൂൾ കഴിഞ്ഞുള്ള പ്രവർത്തനം മാത്രമായിരുന്നില്ല - ഇതൊരു ഭാവിയിലേക്കുള്ള ഒരു കാഴ്ചയായിരുന്നു.

എന്നാൽ കാര്യങ്ങൾ ഏറ്റവും ഉയരത്തിലെത്തിയപ്പോൾ, ജീവിതം ഞങ്ങൾക്ക് ഒരു ട്വിസ്റ്റ് തന്നു...

2

യാത്ര ചെയ്ത വഴികൾ

രംഗം 1: പ്രിൻസിപ്പാളിന്റെ പ്രഖ്യാപനം

ലോക്ക്ഡൗൺ പ്രഖ്യാപിച്ച ദിവസം, ഞാൻ സ്കൂളിലായിരുന്നു. അന്തരീക്ഷം മുഴുവൻ ഒരു തരം പിരിമുറുക്കത്തിലായിരുന്നു. പ്രിൻസിപ്പാൾ ഒരു പ്രത്യേക അസംബ്ലി വിളിച്ചു.

ഇതൊരു സാധാരണ പ്രഖ്യാപനമായിരുന്നില്ല. എന്തോ ഗുരുതരമായ കാര്യം സംഭവിക്കുന്നു.

പ്രിൻസിപ്പാൾ സംസാരിച്ചപ്പോൾ, സമയം നിലച്ചതുപോലെ തോന്നി. "കേരളത്തിൽ ഒരു പുതിയ വൈറസ് വന്നിട്ടുണ്ട്," അദ്ദേഹം പറഞ്ഞു, അദ്ദേഹത്തിന്റെ ശബ്ദം സ്ഥിരവും ഗൗരവമുള്ളതുമായിരുന്നു. "രോഗം പരക്കുന്നത് തടയാൻ നമ്മൾ സ്കൂളുകൾ അടയ്ക്കുകയാണ്. നാളെ മുതൽ ലോക്ക്ഡൗൺ തുടങ്ങും. എല്ലാവരും സുരക്ഷിതമായിരിക്കണം."

റൂം നിശബ്ദമായി. ചില വിദ്യാർത്ഥികൾ ആരവം മുഴക്കി, അപ്രതീക്ഷിതമായ അവധിയിൽ ആവേശഭരിതരായി. എന്നാൽ എന്നെ സംബന്ധിച്ചിടത്തോളം, ഇതൊരു അധിക വേക്കേഷൻ മാത്രമായിരുന്നില്ല. ഞാൻ ഇത്രയും കാലം കഠിനാധ്വാനം ചെയ്ത എല്ലാത്തിനും ഒരു വിരാമം

ഇട്ടതുപോലെ തോന്നി. എനിക്ക് സ്കൂൾ മാത്രമല്ല നഷ്ടപ്പെട്ടത് - ടാൽറോപ് ടീമിനൊപ്പം ജോലി ചെയ്യാനും എന്റെ സ്വപ്നം കെട്ടിപ്പടുക്കാനുമുള്ള എന്റെ അവസരം കൂടിയാണ് നഷ്ടപ്പെട്ടത്.

രംഗം 2: ഒരു പെട്ടന്നുള്ള നിർത്തൽ

എന്റെ ജനൽ കാഴ്ച നിശ്ചലമായി തോന്നി. തിരക്കുള്ള എന്റെ സ്വന്തം നാടിന്റെ പതിവ് ശബ്ദം മാഞ്ഞുപോയി, ഭയാനകമായ ഒരു നിശബ്ദത അതിനെ മാറ്റിസ്ഥാപിച്ചു. ഒരിക്കൽ ആളുകൾ നിറഞ്ഞ തെരുവുകൾ ഇപ്പോൾ ഒഴിഞ്ഞു പോയിരുന്നു. സ്കൂളുകൾ അടച്ചു. ഓഫീസുകൾ പൂട്ടി. മഹാമാരി ഒരു കൊടുങ്കാറ്റ് പോലെ ലോകമെമ്പാടും വീശിയടിച്ചു,. അങ്ങനെ, എന്റെ ജീവിതം ഒരു pause ബട്ടൺ അമർത്തിയതുപോലെ ആയി.

ടാൽറോപിലെ ദിവസങ്ങൾ, ഓഫീസിന്റെ ബഹളം, എന്റെ വിരലുകൾക്ക് കീബോർഡിന്റെ സ്പർശം - എല്ലാം ഇല്ലാതായി. യഥാർത്ഥ സോഫ്റ്റ്‌വെയർ എഞ്ചിനീയർമാരുമായി യഥാർത്ഥ പ്രോജക്ടുകളിൽ ജോലി ചെയ്യാൻ ഞാൻ ശീലിച്ചിരുന്നു. ഇപ്പോൾ, ഞാൻ എന്റെ റൂമിൽ തിരികെ എത്തി, എന്റെ കമ്പ്യൂട്ടർ സ്ക്രീനിൽ നോക്കി, എന്ത് ചെയ്യണമെന്നറിയാതെ ഇരുന്നു. ലോകം പൂട്ടിയിരിക്കുകയായിരുന്നു, എന്റെ സ്വപ്നങ്ങളും പൂട്ടിയിട്ടതുപോലെ തോന്നി.

പക്ഷേ, പിന്നെ എന്തോ മാറി. എന്നെ ടെക് ലോകത്തേക്ക് കയറ്റിയ ടാൽറോപ്, വീട്ടിലിരുന്ന് കോഡിംഗ് പഠിപ്പിക്കാൻ ഒരു ഓൺലൈൻ പ്ലാറ്റ്ഫോം ആയ സ്റ്റെയ്പ് (Steyp) പരിചയപ്പെടുത്തി. ഒരു ഓഫീസിന്റെ ഊർജ്ജമില്ലാതെ അല്ലെങ്കിൽ വിദഗ്ധരിൽ നിന്നുള്ള തൽക്ഷണ ഫീഡ്ബാക്ക് ഇല്ലാതെ കോഡിംഗ് പഠിക്കുക എന്ന ആശയം എനിക്ക് അത്ര എളുപ്പത്തിൽ സ്വീകരിക്കാനായില്ല. എങ്കിലും, ഞാൻ മുന്നോട്ട് പോകേണ്ടതുണ്ടെന്ന് എനിക്കറിയാമായിരുന്നു.

ഞാൻ സ്റ്റേപ്പിൽ ലോഗിൻ ചെയ്തു, ഈ പുതിയ യാത്ര എന്നെ എവിടേക്ക് കൊണ്ടുപോകുമെന്ന് ഉറപ്പില്ലാതെ സ്ക്രീനിൽ നോക്കി ഇരുന്നു. ഓഫീസിൽ എനിക്ക് തോന്നിയ ആവേശം ഇവിടെ ഇല്ലായിരുന്നു, എന്നാലും എന്റെ ഉള്ളിൽ ഒരു തീപ്പൊരി മിന്നുന്നുണ്ടായിരുന്നു.

രംഗം 3: വെർച്വൽ ക്ലാസ്സ്റൂം

സ്റ്റേപ്പിലെ ആദ്യ ക്ലാസ് വ്യത്യസ്തമായിരുന്നു. ഓഫീസ് ഡെസ്കുകളോ, സോഫ്റ്റ്വെയർ എഞ്ചിനീയർമാരുമായുള്ള ചർച്ചകളോ ഇല്ലായിരുന്നു. ഞാൻ മാത്രം, ഒരു സ്ക്രീനും, പുതിയ വിജ്ഞാന ലോകവും. ചേരുന്ന ആദ്യത്തെ 15 വിദ്യാർത്ഥികളിൽ ഒരാളായിരുന്നു ഞാൻ. ഞങ്ങൾ ചെറിയ ഒരു ഗ്രൂപ്പായിരുന്നു, എന്നാലും എനിക്ക് പ്ലാറ്റ്ഫോമിന്റെ സാധ്യത അനുഭവിക്കാൻ കഴിഞ്ഞു.

ഞാൻ പാഠങ്ങളിൽ മുങ്ങി. ഓരോ ദിവസവും, എനിക്ക് ആവശ്യമായ കഴിവുകൾ നേടി ഫ്രണ്ട്എൻഡ് ഡെവലപ്മെന്റിൽ ഞാൻ പ്രവർത്തിച്ചു. എളുപ്പമായിരുന്നില്ല, എന്നാലും ഞാൻ മുമ്പ് പഠിച്ച കാര്യങ്ങൾ സ്വയം ഓർമ്മിപ്പിച്ചു - വളർച്ച സുഖപ്രദമായ സ്ഥലത്ത് നിന്ന് വരില്ല. കഠിന സമയങ്ങളിലൂടെ മുന്നോട്ട് പോകുന്നതിലൂടെയാണ് വരുന്നത്.

എന്നാലും, എന്റെ മനസ്സിൽ ഒരു ചോദ്യം എപ്പോഴും ഉണ്ടായിരുന്നു. എന്റെ ബന്ധുക്കളിൽ ചിലർ ഞാൻ എന്ത് ചെയ്യുകയാണെന്ന് മനസ്സിലാക്കിയില്ല. "എന്തിനാണ് കോഡിംഗിൽ സമയം കളയുന്നത്?" അവർ ചോദിക്കും. "പഠനത്തിൽ ശ്രദ്ധിക്കുക." അത് എന്നെ നോവിച്ചു. അവരുടെ വാക്കുകൾ എന്നെ പിന്തിരിപ്പിക്കാൻ ശ്രമിക്കുന്ന ചങ്ങലകൾ പോലെ തോന്നി. പക്ഷേ ഇതുപോലുള്ള നിമിഷങ്ങളിൽ, നിങ്ങളുടെ സ്വന്തം വിശ്വാസമാണ് പ്രധാനമെന്ന് ഞാൻ പഠിച്ചിട്ടുണ്ട്.

രംഗം 4: ഒരു തീ ജ്വലിക്കുന്നു

സ്റ്റെയ്പ് ഞാൻ കരുതിയതിലും വേഗത്തിൽ വളരാൻ തുടങ്ങി. പ്ലാറ്റ്ഫോം 15 ൽ നിന്ന് നൂറുകണക്കിനും പിന്നെ ആയിരക്കണക്കിനും വിദ്യാർത്ഥികളിലേക്ക് പോയി. എണ്ണം വർദ്ധിക്കുന്നത് കണ്ടപ്പോൾ എനിക്ക് ഒരു കാര്യം മനസ്സിലായി: ഞാൻ പഠിക്കുക മാത്രമായിരുന്നില്ല. ഞാൻ വലിയ ഒരു ടീമിന്റെ ഭാഗമാവുകയായിരുന്നു.

ഞാൻ കൂടുതൽ പഠിച്ചപ്പോൾ, ഞാൻ മെച്ചപ്പെട്ടു. ക്ലാസ്സ്മേറ്റ്സിനെ അവരുടെ പ്രോജക്ടുകളിൽ സഹായിക്കാൻ തുടങ്ങി. എന്റെ സഹായം കൊണ്ട് അവരുടെ പുരോഗതി കാണുന്നത് ഞാൻ ശരിക്കും ഒരു മാറ്റം വരുത്തുകയാണെന്ന് എനിക്ക് തോന്നി.

രംഗം 5: ഒരു ആശയം ഉദിക്കുന്നു

എന്നാൽ എന്തോ ഒന്ന് ഇപ്പോഴും കുറവായി തോന്നി. തീർച്ചയായും, സ്റ്റേപ്പ് അതിശയകരമായിരുന്നു, എന്നാലും എനിക്ക് കൂടുതൽ വേണമെന്ന് തോന്നി. എനിക്ക് എന്റെ കൈകൊണ്ട് എന്തെങ്കിലും ചെയ്യണമായിരുന്നു. ഞാൻ കോഡിംഗ് പഠിച്ചു, ഇപ്പോൾ എനിക്ക് സൃഷ്ടിക്കണം.

എന്റെ വീട്ടിലെ നിശബ്ദമായ നിമിഷങ്ങളിൽ, ജനലിന് പുറത്തെ നിശ്ചലതയിലേക്ക് നോക്കി ഇരിക്കുമ്പോളാണ് എനിക്ക് ആ ആശയം തോന്നിയത്: എന്തുകൊണ്ട് ഇപ്പോൾ ഒരു പ്രശ്നം പരിഹരിക്കാൻ കഴിയുന്ന എന്തെങ്കിലും സൃഷ്ടിച്ചു കൂടാ?

ലോകം വേഗത്തിൽ മാറുകയായിരുന്നു. ആളുകൾ വീട്ടിൽ കുടുങ്ങി. എല്ലാവർക്കും ഭക്ഷണം വേണം, പക്ഷേ പുറത്ത് പോകാൻ അവർ മടിക്കുന്നു. ഞാൻ ഒരു ഫുഡ് ഡെലിവറി സർവീസ് നിർമ്മിച്ചാൽ എന്ത് സംഭവിക്കും? എന്റെ കുടുംബത്തിന് ഓൾറെഡി ഒരു കാറ്ററിംഗ് ബിസിനസ് ഉണ്ട് - ഇത് മികച്ച ഒരു പരിഹാരമാകും.

രംഗം 6: ഫാഗിറ്റോയുടെ ജനനം

ഒരു വൈകുന്നേരം, ഞാൻ എന്റെ കുടുംബത്തെ സ്വീകരണ മുറിയിൽ ഒരുമിച്ചു കൂട്ടി. എന്റെ അച്ഛൻ, രണ്ട് സഹോദരന്മാർ ഞങ്ങൾ മേശയ്ക്ക് ചുറ്റുമിരുന്നു. "ഈ ആശയത്തെക്കുറിച്ച് നിങ്ങൾ എന്താണ് ചിന്തിക്കുന്നത്?" ഞാൻ ചോദിച്ചു, എന്റെ പദ്ധതി വിവരിച്ചു. "ഒരു ഫുഡ് ഡെലിവറി ആപ്പ്. ഞങ്ങൾക്ക് കാറ്ററിംഗ് ബിസിനസ് ഉണ്ട്, അതുകൊണ്ട് ഇത് ന്യായമാണ്. ലോക്ക്ഡൗൺ സമയത്ത് ആളുകളെ സഹായിക്കാൻ ഞങ്ങൾക്ക് കഴിയും."

ആദ്യം, അവർ നിശബ്ദരായിരുന്നു, ആലോചിച്ചു. പിന്നെ, എന്റെ അച്ഛൻ ചിരിച്ചു. "നമുക്ക് ചെയ്യാം."

തുടർന്നുള്ള കുറച്ച് ആഴ്ചകൾ ഒരു കാറ്റ് പോലെ കടന്നുപോയി. ആപ്പ് ഡിസൈൻ ചെയ്യുന്നു, സിസ്റ്റം സജ്ജമാക്കുന്നു, പ്രാദേശിക റെസ്റ്റോറന്റുകളുമായി പങ്കാളികളാകുന്നു - എല്ലാം വേഗത്തിൽ സംഭവിച്ചു. പെട്ടെന്ന്, ഫാഗിറ്റോ ലൈവായി. എനിക്ക് വിശ്വസിക്കാൻ കഴിഞ്ഞില്ല. എന്റെ തലയിലെ ആശയം മുതൽ പൂർണ്ണമായി പ്രവർത്തിക്കുന്ന ഒരു ആപ്പ് വരെ. ഇതായിരുന്നു എന്റെ ആദ്യത്തെ യഥാർത്ഥ ബിസിനസ്.

രംഗം 7: തിരക്ക്

ഓർഡറുകൾ ഉടൻ തന്നെ വരാൻ തുടങ്ങി. ഒരു പോലെ ആവേശത്തിന്റെയും പേടിയുടെയും ഒരു പ്രളയം പോലെ. ആപ്പ് പ്രവർത്തിക്കുന്നു, ഓർഡറുകൾ വരുന്നു, ആളുകൾക്ക് ഭക്ഷണം അവരുടെ വീട്ടുവാതിൽക്കൽ തന്നെ ലഭിക്കുന്നതിൽ സന്തോഷമുണ്ട്.

ഞാൻ ഫാഗിറ്റോയുടെ ചീഫ് ടെക്നോളജി ഓഫീസറായിരുന്നു, ഓർഡറുകൾ സ്വീകരിക്കുന്നത് മുതൽ സോഷ്യൽ മീഡിയ കൈകാര്യം ചെയ്യുന്നവരെയും ഗ്രാഫിക് ഡിസൈനേഴ്സ് നെയും മേൽനോട്ടം വഹിക്കുന്നതുമായിരുന്നു എന്റെ ചുമതല ഒരുപാട്

തിരക്കുകൾ ഉണ്ടായിരുന്നു, എന്നാലും ജോലി ചെയ്യുന്നതായി തോന്നിയില്ല. ഒരു സ്വപ്നം ജീവിക്കുന്നതുപോലെ തോന്നി.

എന്നാൽ കാര്യങ്ങൾ സ്ഥിരമായി തുടങ്ങുമ്പോഴേക്കും, ലോകം വീണ്ടും മാറാൻ തുടങ്ങി. കടകൾ വീണ്ടും തുറന്നു. ലോക്ക്ഡൗൺ നിയന്ത്രണങ്ങൾ എടുത്തുമാറ്റി, ആളുകൾ റെസ്റ്റോറന്റുകളിലേക്ക് തിരികെ പോകാൻ തുടങ്ങി. ഫാഗിറ്റോയിൽ നിന്നുള്ള ഓർഡറുകൾ കുറയാൻ തുടങ്ങി.

രംഗം 8: മുന്നോട്ട് പോകാനുള്ള തീരുമാനം

ഇതൊരു കഠിനമായ തീരുമാനമായിരുന്നു, എന്നാലും ഞങ്ങൾക്ക് ഫാഗിറ്റോ അടച്ചുപൂട്ടേണ്ടി വന്നു. ഇനി ആവശ്യകത അത്ര ഉയർന്നതായിരുന്നില്ല, ഒരു പടി പിന്നോട്ട് പോകാനുള്ള ശരിയായ സമയം പോലെ തോന്നി. ഇതൊരു പരാജയമായിരുന്നില്ല - ഇതൊരു യാത്രയിലെ അടുത്ത പടി മാത്രമായിരുന്നു.

ഒരു കാര്യം എനിക്ക് ഉറപ്പായിരുന്നു: ഞാൻ ഒരിക്കലും വിട്ട്കൊടുക്കാൻ പോകുന്നില്ല. ഈ അനുഭവം എന്നെ ഒരുപാട് പഠിപ്പിച്ചു. ഫാഗിറ്റോ അവസാനിച്ചെങ്കിലും, എനിക്ക് മുന്നോട്ട് പോകാനുള്ള .ആത്മവിശ്വാസവും കഴിവുകളും തന്നു. ഞാൻ പരാജയത്തിൽ നിന്ന് പാഠം പഠിച്ചു, അത് എന്നെ കൂടുതൽ ശക്തനാക്കി. ഫാഗിറ്റോ ഒരു കല്ലായിരുന്നു, എന്റെ ഭാവി കെട്ടിപ്പടുക്കാനുള്ള ഒരു കല്ല്. ഇനിയും ഒരുപാട് ദൂരം യാത്ര ചെയ്യാനുണ്ട്,

ഒരുപാട് സ്വപ്നങ്ങൾ കാണാനുണ്ട്. ഈ കഥ ഇവിടെ അവസാനിക്കുന്നില്ല, ഇതൊരു തുടക്കം മാത്രമാണ്. ഇനിയും ഒരുപാട് കുതിച്ചുയരലുകളും, ചിരികളും, ആവർത്തനങ്ങളും ബാക്കിയുണ്ട്. കാരണം, ജീവിതം ഒരു സിനിമയാണ്, ഓരോ രംഗവും ഓരോ പാഠമാണ്. ഓരോ പാഠവും ഒരു കഥയാണ്. ആ കഥ ഇനിയും ഒരുപാട് ബാക്കി ഉണ്ട്.

3

ചാരത്തിൽ നിന്ന് ഒരു ഉയർത്തെഴുന്നേൽപ്പ്

രംഗം 1: ശ്രദ്ധയിൽ ഒരു മാറ്റം

എന്റെ ജനലിന് പുറത്തെ ലോകം മാറുകയായിരുന്നു, എന്നാൽ എന്റെ ലോകം താൽക്കാലികമായി നിർത്തിവെച്ചതുപോലെ തോന്നി.. സ്കൂൾ, ബിസിനസ്, എന്തിന് ഒരുപാട് അടുത്തെത്തിയിരുന്ന സ്വപ്നങ്ങൾ പോലും ഇപ്പോൾ ദൂരെയാണെന്ന് തോന്നി. എന്നാലും, ആ നിശബ്ദതയിൽ, എന്റെ ഉള്ളിൽ എന്തോ ഒന്ന് ഉണർന്നു.

ഞാൻ എന്റെ മേശയിലിരുന്ന്, സ്ക്രീനിൽ നോക്കി. ടെക്, ബിസിനസ്, എനിക്ക് കൈകാര്യം ചെയ്യാൻ കഴിയുന്ന എന്തും കുറിച്ചുള്ള ലേഖനങ്ങൾ ഞാൻ വായിക്കുകയായിരുന്നു. ഇത് ഇപ്പോൾ ഒരു ദിനചര്യ പോലെയായിരുന്നു. ലോകം വേഗത കുറച്ചെങ്കിലും, എനിക്ക് വേഗത കുറയ്ക്കേണ്ടതില്ലെന്ന് സ്വയം ഓർമ്മിപ്പിക്കാനുള്ള ഒരു നിശബ്ദ ആചാരം. എനിക്ക് നിർത്തേണ്ടതില്ല. ഓരോ പടിയായി മുന്നോട്ട് പോകാൻ ഞാൻ ദൃഢനിശ്ചയം ചെയ്തു.

സ്കൂൾ ജോലി തുടർന്നു, എന്നാൽ എന്റെ ഹൃദയം മറ്റെവിടെയോ ആയിരുന്നു എന്ന് തോന്നി. എന്റെ ജോലികൾ തീർക്കുമ്പോൾ, എന്റെ മനസ്സ് എപ്പോഴും ഒരു കാര്യത്തിലേക്ക്

മടങ്ങിപ്പോകും: ഇനി എന്താണ്?

അപ്പോഴാണ് ഞാൻ അത് കണ്ടത്.

ടാൽറോപിൽ നിന്നുള്ള ഒരു ഇമെയിൽ.

സന്ദേശം ലളിതമായിരുന്നു: ഞങ്ങൾ വീണ്ടും തുടങ്ങുകയാണ്. ഇത്തവണ, ഞങ്ങൾ ഇതിലും വലിയ ഒന്ന് ചെയ്യുകയാണ്. കാത്തിരുന്നു കാണുക.

ആവേശം എന്നിലൂടെ കടന്നുപോകുന്നത് എനിക്ക് അനുഭവിക്കാൻ കഴിഞ്ഞു. താല്റോപ് എപ്പോഴും ഒരു പഠന വേദി മാത്രമായിരുന്നില്ല. അത് വലിയ എന്തോ ഒന്നിലേക്കുള്ള ഒരു പാലമായിരുന്നു. ആ ലോകത്തിന്റെ ഭാഗമാകാനുള്ള ചിന്ത - അവസരങ്ങളുടെ കടലിലേക്ക് വീണ്ടും മുങ്ങാനുള്ള ചിന്ത - എന്റെ പാഷനെ വീണ്ടും കത്തിച്ച ഒരു തീപ്പൊരി പോലെയായിരുന്നു.

രംഗം 2: സ്റ്റെയ്പ്പിലേക്ക് പ്രവേശിക്കുന്നു

ഇമെയിലിന് ശേഷമുള്ള ദിവസങ്ങൾ പ്രതീക്ഷ നിറഞ്ഞതായിരുന്നു. എന്നാൽ സ്റ്റെയ്പ് അതിൻ്റെ ആദ്യ കാലഘട്ടത്തെ ഒരുപാട് പിന്നിട്ടിരുന്നു. എന്നാലും ശരിയായ ദിശയിലേക്കുള്ള ഒരു ചുവടുവെപ്പായി തോന്നി.

ഞാൻ കൂടുതൽ ദൃഢനിശ്ചയത്തോടെ പഠനത്തിലേക്ക് എടുത്തുചാടി. ഓരോ പുതിയ മൊഡ്യൂളിലും, ഞാൻ സ്വയം മെച്ചപ്പെടുന്നതായി എനിക്ക് തോന്നി - കോഡിംഗിൽ മാത്രമല്ല, ഒരു സ്രഷ്ടാവിന്റെ മനോനില മനസ്സിലാക്കുന്നതിലും. കോഡിന്റെ വരകൾ വലിയ എന്തോ ഒന്ന് രൂപീകരിക്കാൻ തുടങ്ങി, എന്റെ സ്ക്രീനിന് പുറത്തുള്ള ലോകവുമായി എന്നെ ബന്ധിപ്പിക്കുന്ന എന്തോ ഒന്ന്.

രംഗം 3: ഫാഗിറ്റോയുടെ മടക്കം

സ്റ്റെയ്പ്ന്റെ സ്വാധീനം ഉണ്ടായിട്ടും, എന്നെ വിട്ടുപോകാത്ത ഒരു ആശയം ഉണ്ടായിരുന്നു: ഫാഗിറ്റോ. ലോക്ക്ഡൗൺ സമയത്ത് ഒരു ലളിതമായ ചിന്തയിൽ

തുടങ്ങിയ ഫുഡ് ഡെലിവറി ആപ്പ് എന്റെ മനസ്സിൽ ജീവിക്കുകയായിരുന്നു. ഉപഭോക്താക്കളുടെ പെരുമാറ്റത്തിൽ മാറ്റം ഞാൻ കണ്ടപ്പോൾ, എനിക്ക് അതിനെ അവഗണിക്കാൻ കഴിഞ്ഞില്ല. ആളുകൾ ഇപ്പോഴും വീട്ടിൽ കൂടുതൽ സമയം ചെലവഴിക്കുന്നു, ഭക്ഷണത്തിനായി ഡെലിവറി സർവീസുകളെ ആശ്രയിക്കുന്നു.

ഞാൻ ആപ്പ് പുനരുജ്ജീവിപ്പിക്കുന്നതിനെക്കുറിച്ച് കുടുംബത്തോട് സംസാരിച്ചു. കാറ്ററിംഗിലും Event Management-ലും പരിചയമുള്ള എന്റെ അച്ഛൻ ആദ്യം തന്നെ എൻ്റെ കൂടെ ചേർന്നു. ഞങ്ങൾ ഒരു പ്രതിസന്ധിയിലായിരുന്നു, എന്നാൽ ഫാഗിറ്റോയുടെ ആശയം മുമ്പത്തേക്കാൾ പ്രസക്തമായി തോന്നി.

ആദ്യത്തെ മടിയ്ക്ക് ശേഷം, എന്റെ സഹോദരന്മാരും എൻ്റെ കൂടെ ചേർന്നു. എന്നെക്കാൾ കൂടുതൽ എന്റെ അച്ഛനും സഹോദരന്മാരും ആണ് ഫാഗിറ്റോക്ക് വേണ്ടി പണിയെടുത്തത് അവർ ഇല്ലെങ്കിൽ ഫാഗിറ്റോ തുടങ്ങാൻ പോലും പറ്റില്ലായിരുന്നു ഞങ്ങളുടെ സംയുക്ത ശ്രമങ്ങളാൽ, ഞങ്ങൾ ഫാഗിറ്റോ പുനരാരംഭിച്ചു, എന്നാൽ ഇത്തവണ, ഞങ്ങൾക്ക് കൂടുതൽ വ്യക്തമായ ഒരു കാഴ്ചപ്പാടുണ്ടായിരുന്നു. ഞങ്ങൾ ഹോം ഡെലിവറി ട്രാക്കിംഗ്, അപ്ഡേറ്റ് ചെയ്ത മെനു, കൂടുതൽ സുഗമമായ ഉപയോക്തൃ ഇന്റർഫേസ് തുടങ്ങിയ സവിശേഷതകൾ സംയോജിപ്പിച്ചു. ഞങ്ങൾ ഞങ്ങളുടെ മുമ്പത്തെ ശ്രമത്തിൽ നിന്ന് പഠിക്കുകയും ആവശ്യമായ രീതിയിൽ മാറ്റങ്ങൾ വരുത്തുകയും ചെയ്തു.

രംഗം 4: മുന്നേറ്റം

ഫാഗിറ്റോയുടെ പുനരാരംഭം എളുപ്പമായിരുന്നില്ല. ആപ്പ് ട്വീക്ക് ചെയ്യാനും, ബിസിനസ് മോഡൽ പരിഷ്കരിക്കാനും, ലോജിസ്റ്റിക്സ് കണ്ടുപിടിക്കാനും ഒരുപാട് സമയം

ചെലവഴിച്ചു. എന്നാൽ വേഗത വർദ്ധിക്കുകയായിരുന്നു. ഞങ്ങൾക്ക് ഓർഡറുകൾ ലഭിച്ചു, കുറച്ച് മാത്രമല്ല, ഒരു ദിവസം നൂറുകണക്കിന്. ഞങ്ങൾ ആപ്പിന് ചുറ്റും നിർമ്മിച്ച ചെറിയ സമൂഹം വളരാൻ തുടങ്ങി, അതിനോടൊപ്പം ഞങ്ങളുടെ ആത്മവിശ്വാസവും.

പരാജയത്തെ ഭയപ്പെട്ടിരുന്ന കുട്ടിക്കാലത്ത് നിന്ന് ഞാൻ ഒരുപാട് ദൂരം വന്നിരിക്കുന്നു. പഠനവും ബിസിനസും ഒരുമിച്ച് കൊണ്ടുപോകുന്നത് വെല്ലുവിളിയായിരുന്നു, എന്നാലും അത് ആവേശം കൊള്ളിക്കുന്നതായിരുന്നു. തുടങ്ങാൻ എല്ലാം തികഞ്ഞതായിരിക്കണമെന്നില്ലെന്ന് അത് തെളിയിച്ചു. തുടങ്ങുക മാത്രമേ വേണ്ടു.

ഓരോ വിജയകരമായ ഓർഡറിലും, ആപ്പിൽ ചേർത്ത ഓരോ പുതിയ സവിശേഷതയിലും, ഞങ്ങളുടെ കഠിനാധ്വാനത്തിന്റെ ഭാരം ഫലം കാണുന്നതായി എനിക്ക് അനുഭവിക്കാൻ കഴിഞ്ഞു. എന്നാൽ ഞങ്ങളുടെ വിജയം ഉണ്ടായിട്ടും മറ്റൊരു മാറ്റത്തിനുള്ള സമയം ആഗതമായിരിക്കുന്നു എന്ന് എനിക്കറിയാമായിരുന്നു.

മഹാമാരി പതുക്കെ അവസാനിക്കുകയായിരുന്നു. ആളുകൾ സാധാരണ ജീവിതത്തിലേക്ക് മടങ്ങി തുടങ്ങി. കടകൾ തുറന്നു. ഞങ്ങളുടെ ഫുഡ് ഡെലിവറി ബിസിനസ് വെല്ലുവിളികൾ നേരിടേണ്ടിവരുമെന്ന് ഞങ്ങൾക്ക് അറിയാമായിരുന്നു, എന്നാൽ ഞങ്ങൾ അതിൽ നിന്ന് ഒരുപാട് പഠിക്കുകയും വളരുകയും ചെയ്തിട്ടുണ്ട്.

അങ്ങനെ, ഞങ്ങൾ പരസ്പരം ആലോചിച്ച് ഫാഗിറ്റോ നിർത്താൻ തീരുമാനിച്ചു. ഞങ്ങൾ വിട്ട്കൊടുക്കുകയായിരുന്നില്ല - ഞങ്ങൾ ഗിയർ മാറ്റുകയായിരുന്നു, ഞങ്ങൾ പഠിച്ച എല്ലാം ഞങ്ങളുടെ അടുത്ത സംരംഭത്തിലേക്ക് കൈകാര്യം ചെയ്യാൻ തയ്യാറെടുക്കുകയായിരുന്നു.

രംഗം 5: വലിയ എന്തോ ഒന്നിലേക്ക് വളരുന്നു

ഫാഗിറ്റോ അവസാനിച്ചപ്പോൾ, പുറത്തെ ലോകം വീണ്ടും തുറക്കുന്നതായി തോന്നി. എന്നാൽ പിന്നോട്ട് ഇരിക്കാൻ സമയമില്ലായിരുന്നു. ഫാഗിറ്റോയിൽ നിന്ന്, കോഡിംഗിൽ നിന്ന്, സ്റ്റേപ്പിൽ നിന്നുള്ള എന്റെ അനുഭവങ്ങളിൽ നിന്ന് എല്ലാം ഒന്നിച്ചുചേർന്നു. മറ്റുള്ളവർ ഒരുപാട് കഴിഞ്ഞാണ് നേടുന്നത് പോലെയുള്ള കഴിവുകൾ ഞാൻ നേടിയിരുന്നു, അവ കൈകാര്യം ചെയ്യാൻ ഞാൻ ആഗ്രഹിച്ചു.

ഞാൻ ഓൾറെഡി ക്ലയന്റുകൾക്കായി വെബ്സൈറ്റുകളും ഗ്രാഫിക് ഡിസൈനുകളും നിർമ്മിക്കാൻ തുടങ്ങിയിരുന്നു. എന്റെ കമ്പനിയായ ആർട്ടിസ്റ്റോ ഡിസൈൻസ് വളരുകയായിരുന്നു. ജോലി ഭാരം കുറയ്ക്കാൻ ഞാൻ ചെറിയ ഒരു ഫ്രീലാൻസർ ടീമിനെ നിയമിച്ചിരുന്നു. കാര്യങ്ങൾ വേഗത്തിൽ നീങ്ങുകയായിരുന്നു, എന്നെ മുന്നോട്ട് തള്ളുന്ന വേഗത എനിക്ക് അനുഭവിക്കാൻ കഴിഞ്ഞു.

എന്നാൽ ആർട്ടിസ്റ്റോ ഡിസൈൻസിന്റെ വളർച്ച ഞാൻ ആഘോഷിക്കുമ്പോഴും, എല്ലാം തുടങ്ങിയ നിമിഷങ്ങളെക്കുറിച്ച് ഞാൻ ഓർത്തു - രാത്രി വൈകുവോളം കോഡ് ചെയ്യുന്നത്, ഞാൻ വിറ്റ ആദ്യത്തെ വെബ്സൈറ്റ്, ലോകമെമ്പാടുമുള്ള ക്ലയന്റുകളുമായി പ്രവർത്തിക്കാനുള്ള അവസരം. ഓരോ പടിയും വലിയ എന്തോ ഒന്നിലേക്ക് നയിച്ച ചെറിയ വിജയമായിരുന്നു.

എന്നാൽ മുന്നോട്ടുള്ള വഴി ഇനിയും ഒരുപാട് ദൂരം ഉണ്ടായിരുന്നു. എനിക്ക് ഇനിയും ഒരുപാട് കാര്യങ്ങൾ നേടാനുണ്ട്.

രംഗം 6: യഥാർത്ഥ പരീക്ഷണം

ജീവിതം എപ്പോഴും സുഗമമായിരുന്നില്ല. സ്കൂൾ, ബിസിനസ്, എന്റെ സ്വന്തം വ്യക്തിഗത വളർച്ച എന്നിവ ബാലൻസ് ചെയ്യുന്നത് ഒരു കയറിൽ നടക്കുന്നതുപോലെ

തോന്നി. എല്ലാം അസാധ്യമാണെന്ന് തോന്നുന്ന ദിവസങ്ങളുണ്ടായിരുന്നു, സംശയങ്ങളും ഭയവും ഇഴഞ്ഞുവരുമ്പോൾ.

എന്നാൽ വഴിയിൽ ഞാൻ വിലമതിക്കാനാവാത്ത ഒന്ന് പഠിച്ചു: വിജയം ഒരിക്കലും പരാജയപ്പെടാത്തതിൽ നിന്ന് വരില്ല. വിട്ട്കൊടുക്കാത്തതിൽ നിന്നാണ് വരുന്നത്.

ഓരോ വെല്ലുവിളിയിലൂടെയും, ഓരോ തിരിച്ചടിയിലൂടെയും, ഞാൻ മുന്നോട്ട് പോയിക്കൊണ്ടിരുന്നു. ഓരോ പുതിയ വിജയത്തിലും, എത്ര ചെറിയതാണെങ്കിലും, ഞാൻ സ്വയം ഓർമ്മിപ്പിച്ചു: ഞാൻ ഇപ്പോഴും പഠിക്കുകയാണ്, ഇപ്പോഴും വളരുകയാണ്, ഇപ്പോഴും നിർമ്മിക്കുകയാണ്.

4

സംരംഭകത്വത്തിന്റെ തീപ്പൊരി

രംഗം 1: പൂജ്യത്തിൽ നിന്ന് വീണ്ടും തുടങ്ങുന്നു

ഫാഗിറ്റോയുടെ അടച്ചുപൂട്ടൽ എന്നെ കഠിനമായി ബാധിച്ചു, എന്നാൽ അത് എന്നെ തടയാൻ ഞാൻ അനുവദിച്ചില്ല. മഹാമാരി ഒരു തിരിച്ചടിയായിരുന്നു, എന്നാൽ അത് ഒരു ഉണർത്തു വിളിയുമായിരുന്നു. ലോകം മുന്നോട്ട് പോകുമ്പോൾ എനിക്ക് ഒന്നും ചെയ്യാതെ ഇരിക്കാൻ കഴിയില്ല. ഒരു വൈകുന്നേരം ഞാൻ ഇരുന്നു, പുതിയ എന്തെങ്കിലും തുടങ്ങാൻ ദൃഢനിശ്ചയം ചെയ്തു. ഇത്തവണ, ബിസിനസ്സുകളെയും ഫ്രീലാൻസർമാരെയും ബന്ധിപ്പിക്കാൻ കഴിയുന്ന എന്തെങ്കിലും സൃഷ്ടിക്കാനാണ് ഞാൻ ആഗ്രഹിച്ചത്, എന്നെപ്പോലെ തന്നെയുള്ള ആളുകൾക്ക് അവസരങ്ങൾ നൽകാൻ കഴിയുന്ന എന്തെങ്കിലും.

ബിസിനസ്സുകളും ക്രിയേറ്റീവ് പ്രൊഫഷണൽസും തമ്മിലുള്ള അന്തരം ഇല്ലാതാക്കുന്ന ഒരു വേദിയുടെ ആശയം ഉദിച്ചു. ഫ്രീലാൻസർമാർക്ക് അവരുടെ സേവനങ്ങൾ നൽകാമെന്നും, ക്ലയന്റുകൾക്ക് അവരെ എളുപ്പത്തിൽ കണ്ടെത്താനാകുമെന്നും ഞാൻ ഒരു ഓൺലൈൻ മാർക്കറ്റ് പ്ലേസ് സ്വപ്നം കണ്ടു. ഇത് ലളിതവും ശക്തവുമായിരുന്നു.

ഞാൻ ജോലി ചെയ്യാൻ തുടങ്ങി, ഈ പുതിയ പ്രോജക്റ്റിന്റെ ബ്ലൂപ്രിന്റ് തയ്യാറാക്കി. മുന്നോട്ടുള്ള വഴി അനിശ്ചിതമായിരുന്നു, എന്നാൽ എന്റെ ഉള്ളിൽ ഒരു തീ കത്തുന്നത് എനിക്ക് അനുഭവപ്പെട്ടു - എനിക്ക് ഇത് ചെയ്തേ മതിയാകൂ.

രംഗം 2: സ്വപ്നങ്ങളും ഉത്തരവാദിത്തങ്ങളും ബാലൻസ് ചെയ്യുന്നതിന്റെ കഠിനമായ യാഥാർത്ഥ്യം

വേദി രൂപപ്പെടാൻ തുടങ്ങിയപ്പോൾ, ഞാൻ ഒരു കഠിനമായ യാഥാർത്ഥ്യം നേരിട്ടു: എന്റെ സ്കൂൾ ജോലിയും വളരുന്ന സ്റ്റാർട്ടപ്പും ബാലൻസ് ചെയ്യുന്നത് ഞാൻ കരുതിയതിലും കഠിനമായിരുന്നു. ഒരിക്കൽ എന്നെ പിന്തുണച്ചിരുന്ന എന്റെ അധ്യാപകർ, ഇപ്പോൾ എന്റെ സംരംഭകത്വ മോഹങ്ങളെക്കാൾ എന്റെ ഗ്രേഡുകളിൽ കൂടുതൽ ശ്രദ്ധ ചെലുത്തുന്നതായി തോന്നി. ഞാൻ ഏത് സമ്മർദ്ദത്തിലാണ് എന്ന് അവർ മനസ്സിലാക്കിയില്ല. എന്റെ സ്കൂൾ ജോലികൾ ചെയ്യാൻ ശ്രമിക്കുമ്പോൾ തന്നെ, കോഡിംഗിലും വേദി വികസിപ്പിക്കുന്നതിലും പ്രവർത്തിച്ച് ഞാൻ പലപ്പോഴും രാത്രി വൈകുവോളം ഉണർന്നിരുന്നു.

സമ്മർദ്ദം അതിരുകടന്നു. ഞാൻ ഒരുപാട് കാര്യങ്ങൾ ഏറ്റെടുക്കുന്നുണ്ടോ എന്നതിനെക്കുറിച്ച് സുഹൃത്തുക്കളിൽ നിന്നും കുടുംബത്തിൽ നിന്നും നിരന്തരമായ സംശയങ്ങൾ ഞാൻ നേരിടേണ്ടി വന്നു. എന്നാൽ ക്ഷീണവും സമ്മർദ്ദവും ഉണ്ടായിട്ടും, എനിക്ക് രാജി വെക്കാൻ കഴിയില്ലെന്ന് എനിക്കറിയാമായിരുന്നു. ഒരു ക്ലാസ്സ്റൂമിൽ നേടിയതിനേക്കാൾ കൂടുതൽ സ്ഥൈര്യത്തെക്കുറിച്ച് ഞാൻ പഠിക്കുകയായിരുന്നു. ഓരോ രാത്രിയും ഓരോ വെല്ലുവിളിയും വലിയ എന്തോ ഒന്നിലേക്കുള്ള യാത്രയുടെ ഭാഗമായിരുന്നു.

രംഗം 3: വിജയത്തിന്റെ ആദ്യ കാഴ്ച

മാസങ്ങളുടെ കഠിനാധ്വാനത്തിന് ശേഷം, വേദി ആദ്യ ഉപയോക്താക്കൾക്കായി തയ്യാറായി. ലോഞ്ചിന് തലേ ദിവസം

എനിക്ക് തോന്നിയ ആശങ്ക ഞാൻ ഓർക്കുന്നു. ആരെങ്കിലും പോലും സൈൻ അപ്പ് ചെയ്യുമോ? എന്റെ കഠിനാധ്വാനം പാഴായി പോകുമോ?

എന്നാൽ പിറ്റേ ദിവസം, അവിശ്വസനീയമായ എന്തോ സംഭവിച്ചു. ആളുകൾ സൈൻ അപ്പ് ചെയ്യാൻ തുടങ്ങി. തുടക്കത്തിൽ പതുക്കെ, പിന്നെ കൂടുതലും കൂടുതലും. ആ ആശയം മറ്റുള്ളവരുമായി ചേർന്നുപോയെന്ന് എനിക്ക് മനസ്സിലായി. ഈ വേദി, ഈ ആശയം, യഥാർത്ഥമായിരുന്നു. ഇതൊരു സ്വപ്നം മാത്രമായിരുന്നില്ല - ഇത് സ്പർശിക്കാനാവുന്ന എന്തോ ഒന്നായി മാറുകയായിരുന്നു.

ഇനിയും കടമ്പകൾ ഉണ്ടായിരുന്നു, എന്നാൽ വിജയത്തിന്റെ ആ ആദ്യ രുചി എന്നെ മുന്നോട്ട് തള്ളാൻ എനിക്ക് മതിയായിരുന്നു. ഞാൻ എപ്പോഴും അറിഞ്ഞിരുന്നത് അത് സ്ഥിരീകരിച്ചു: സംരംഭകത്വം പരിശ്രമം, അനുയോജ്യത, കാര്യങ്ങൾ അസാധ്യമായി തോന്നുമ്പോൾ പോലും നിങ്ങളുടെ ദർശനത്തിൽ വിശ്വസിക്കുന്നത് എന്നിവയെക്കുറിച്ചാണ്.

5

മെന്റർഷിപ്പിന്റെ ശക്തി

രംഗം 1: ഒരു പുതിയ അവസരം

2023 എന്നെ സംബന്ധിച്ചിടത്തോളം ഒരു നിർണ്ണായക വർഷമായിരുന്നു. ഞാൻ അഗാധമായി ആരാധിക്കുന്ന ഒരു വേദിയായ സ്റ്റെയ്പ്, ലോകത്തിലെ ഏറ്റവും വലിയ വിദ്യാർത്ഥി കമ്മ്യൂണിറ്റിയായ ഗ്രോലിയസുമായി സഹകരിച്ച് രണ്ടു ദിവസത്തെ ഹാക്കത്തോൺ നടത്താൻ പോകുന്നതായി പ്രഖ്യാപിച്ചു. പ്രഖ്യാപനം വായിച്ചപ്പോൾ എന്റെ ഹൃദയം വേഗത്തിൽ മിടിച്ചു. എന്നെത്തന്നെ തെളിയിക്കാനുള്ള എന്റെ അവസരമായിരുന്നു ഇത്.

എന്നെ ഏറ്റവും കൂടുതൽ ആകർഷിച്ചത്, എന്നെപ്പോലെ കൗമാരക്കാരായ ഒരു ഗ്രൂപ്പ് ആളുകളാണ് ഈ അവിശ്വസനീയമായ സംരംഭത്തിന് പിന്നിലെന്ന കാര്യമാണ്. ഇതൊരു ഹാക്കത്തോൺ മാത്രമായിരുന്നില്ല - വലിയ സ്വപ്നം കാണാനുള്ള ധൈര്യമുണ്ടെങ്കിൽ യുവ മനസ്സുകൾക്ക് എന്തൊക്കെ നേടാനാകും എന്നതിന്റെ ഒരു പ്രതിഫലനമായിരുന്നു. ഗ്രോലിയസിന്റെ സ്ഥാപകനും whoyer ന്റെ CEO യുമായ യാസിർ, അദ്ദേഹവും ടീമും എങ്ങനെ തുടക്കം മുതൽ തുടങ്ങിയതിനെക്കുറിച്ച് സംസാരിച്ചു, അതാണ് എന്റെ ഉള്ളിൽ ഒരു തീ കത്തിച്ചത്.

ആദ്യമായി, മഹത്വം നേടുന്നതിന് പ്രായം ഒരു തടസ്സമല്ലെന്ന് ഞാൻ മനസ്സിലാക്കി. യാസിറും അദ്ദേഹത്തിന്റെ ടീമും എന്റെ മെന്റർമാരായി.

രംഗം 2: ഹാക്കത്തോൺ തുടങ്ങുന്നു

ഹാക്കത്തോൺ ആവേശത്തോടെ തുടങ്ങി. എന്നെ ഉൾപ്പെടെയുള്ള യുവ Innovatorമാരുടെ ടീമുകൾക്ക് രണ്ടു ദിവസത്തിനുള്ളിൽ പരിഹരിക്കാനുള്ള വെല്ലുവിളികൾ നൽകി. റൂമിലെ ഊർജ്ജം വൈദ്യുത പരമായിരുന്നു. ആശയങ്ങൾ ഒഴുകി നടക്കുന്നു, കീബോർഡുകൾ ഞെക്കി, സമയം കഴിഞ്ഞു പോവുകയായിരുന്നു.

എന്റെ കൈവശമുള്ള എല്ലാം ഉപയോഗിച്ച്, ഞാൻ ക്ഷീണമില്ലാതെ പ്രവർത്തിച്ചു, കൈകാര്യം ചെയ്യാനുള്ള പ്രശ്നം പരിഹരിക്കാൻ ശ്രമിച്ചു. ഓരോ നിമിഷവും ഒരു പരീക്ഷണം പോലെ തോന്നി - എന്റെ കഴിവുകളുടെ, എന്റെ സൃഷ്ടിപരമായ കഴിവുകളുടെ, എന്റെ ഓട്ടത്തിന്റെ. എന്നാൽ ഏറ്റവും കൂടുതൽ എടുത്തു പറയേണ്ടത് കോഡിംഗിന്റെ ആവേശം മാത്രമായിരുന്നില്ല; എന്റെ ചുറ്റുമുള്ള എല്ലാവരും എന്നെപ്പോലെ തന്നെ പരിധികൾ തള്ളിക്കളയുകയാണെന്ന ബോധ്യമായിരുന്നു. അന്തരീക്ഷം ആശയങ്ങളുടെ ഒരു ഇൻകുബേറ്ററായിരുന്നു, അപ്പോഴാണ് സഹകരണത്തിന്റെയും മെന്റർഷിപ്പിന്റെയും മൂല്യം ഞാൻ ശരിക്കും മനസ്സിലാക്കിയത്.

യാസിറും അദ്ദേഹത്തിന്റെ ടീമും ചുറ്റും നടന്ന് ഉപദേശവും പ്രോത്സാഹനവും നൽകി. അവരുടെ സാന്നിധ്യം പ്രചോദനാത്മകമായിരുന്നത് മാത്രമല്ല - പരിവർത്തനാത്മകമായിരുന്നു. അവർ പങ്കെടുക്കുന്നവരുമായി എങ്ങനെ ഇടപഴകുന്നു, മറ്റുള്ളവരെ എങ്ങനെ വലുതായി ചിന്തിക്കാൻ അവർ ശക്തരാക്കുന്നു എന്ന് ഞാൻ നിരീക്ഷിച്ചു, ഭാവിയിൽ ഞാൻ എങ്ങനെയുള്ള ഒരു

മെന്ററാകാൻ ആഗ്രഹിക്കുന്നു എന്ന് എന്നെ ചിന്തിപ്പിച്ചു.

രംഗം 3: ഒരു വർഷത്തെ വളർച്ച

ഹാക്കത്തോൺ ഒരു Turning Point ആയിരുന്നു, എന്നാൽ അത് പരിപാടിയിൽ അവസാനിച്ചില്ല. ഹാക്കത്തോൺ കഴിഞ്ഞ ശേഷവും യാസിറും ഗ്രോലിയസ് സ്ഥാപകരും എന്റെ മെന്റർമാരായി, മാർഗ്ഗനിർദ്ദേശം നൽകി. ഞങ്ങൾ ബന്ധം കൈകാര്യം ചെയ്തു, അവരുടെ ഉപദേശം എന്റെ സംരംഭകത്വ യാത്രയുടെ ഒരു പതിവ് ഭാഗമായി മാറി.

അവർ എന്നെ പഠിപ്പിച്ച ഒരു പ്രധാന പാഠം സ്ഥൈര്യത്തിന്റെ പ്രാധാന്യമാണ്. ഞാൻ എത്ര തിരിച്ചടികൾ നേരിട്ടാലും, ഞാൻ മുന്നോട്ട് പോയ്ക്കൊണ്ടേയിരിക്കണം, പരാജയം എന്നെ നിർവചിക്കാൻ അനുവദിക്കരുത്. അവരുടെ മെന്റർഷിപ്പ് എല്ലാ ഉത്തരങ്ങളും നൽകുന്നതിനെക്കുറിച്ചായിരുന്നില്ല - എങ്ങനെ സ്വയം കണ്ടെത്താമെന്ന് പഠിപ്പിക്കുന്നതിനെക്കുറിച്ചായിരുന്നു.

രംഗം 4: മെന്റർഷിപ്പ് റോൾ

ഒരു വർഷത്തിനു ശേഷം, അത്ഭുതകരമായ ഒന്ന് സംഭവിച്ചു. സ്റ്റേയ്പ്പും ഗ്രോലിയസും മറ്റൊരു ഹാക്കത്തോൺ പ്രഖ്യാപിച്ചു, എന്നാൽ ഇത്തവണ, എന്റെ പങ്ക് വ്യത്യസ്തമായിരുന്നു. ഞാൻ ഒരു പങ്കെടുക്കുന്നയാളായിരുന്നില്ല. അടുത്ത തലമുറയിലെ Innovatorമാരെ നയിക്കാൻ ഒരു മെന്ററായി ഞാൻ സ്വയം സന്നദ്ധനായി.

ഞാൻ പേടിയും ആവേശവും ഒരുപോലെ അനുഭവിച്ചു. മറ്റുള്ളവരെ മെന്റർ ചെയ്യാനുള്ള ആശയം പേടിപ്പെടുത്തുന്നതായിരുന്നു - ഞാൻ മതിയാകില്ലെങ്കിലോ? എന്നാൽ ഹാക്കത്തോൺ തുടങ്ങിയ ഉടൻ, ആ പേടി ഇല്ലാതായി. എനിക്ക് നൽകാൻ വിലപ്പെട്ട എന്തോ ഒന്നുണ്ടെന്ന് എനിക്ക് മനസ്സിലായി. എന്റെ സ്വന്തം

അനുഭവങ്ങളിൽ നിന്ന് ഞാൻ പഠിച്ച എല്ലാം ഞാൻ പങ്കുവെച്ചു - എന്റെ പരാജയങ്ങൾ മുതൽ വിജയങ്ങൾ വരെ, ഫാഗിറ്റോ നിർമ്മിക്കുന്നത് മുതൽ എന്റെ സ്വന്തം വേദി തുടങ്ങുന്നത് വരെ.

രംഗം 5: ഒരു പൂർണ്ണ വൃത്ത നിമിഷം

ഹാക്കത്തോൺ പുരോഗമിക്കുമ്പോൾ, പങ്കെടുക്കുന്നവരുമായി ഞാൻ ബന്ധം സ്ഥാപിക്കുന്നത് കണ്ടു. അവർ വിജ്ഞാനത്തിനായി ദാഹിക്കുകയായിരുന്നു, പഠിക്കാൻ ആഗ്രഹിക്കുകയായിരുന്നു. എന്റെ സ്വന്തം യാത്രയെക്കുറിച്ച് അത് എന്നെ ഓർമ്മിപ്പിച്ചു. അവരുടെ കണ്ണുകളിൽ സാധ്യതയുടെ തീപ്പൊരി ഞാൻ കാണുന്ന നിമിഷങ്ങളുണ്ടായിരുന്നു - ഞാൻ ആദ്യമായി തുടങ്ങിയപ്പോൾ എനിക്കുണ്ടായിരുന്ന അതേ തീപ്പൊരി.

ഒരു വർഷത്തിനുള്ളിൽ ഞാൻ എത്ര ദൂരം വന്നു എന്ന് കാണുന്നത് എനിക്ക് എളിമ തോന്നി. ഞാൻ ഇനി എന്നെത്തന്നെ തെളിയിക്കാൻ ശ്രമിക്കുന്ന പേടിയുള്ള കൗമാരക്കാരനായിരുന്നില്ല. ഞാൻ ഇപ്പോൾ മറ്റുള്ളവരെ നയിക്കുന്ന, അവരെ റിസ്ക് എടുക്കാൻ, പഠനം തുടരാൻ, സ്വപ്നങ്ങൾ കൈവിടരുതെന്ന് പ്രോത്സാഹിപ്പിക്കുന്ന ഒരാളായിരുന്നു.

ഇതൊരു പൂർണ്ണ വൃത്ത നിമിഷം പോലെ തോന്നി. എന്റെ മെന്റർമാരിൽ നിന്ന് എനിക്ക് ലഭിച്ച അതേ ഊർജ്ജവും പാഷനും ഇപ്പോൾ എന്നിലൂടെ ഒഴുകുകയായിരുന്നു, മറ്റുള്ളവരുടെ ഭാവി രൂപപ്പെടുത്താൻ അതിന് എങ്ങനെയെല്ലാമാണ് കഴിയുക എന്ന് എനിക്ക് കാണാൻ കഴിഞ്ഞു.

രംഗം 6: ഓളപ്പരപ്പ് പ്രഭാവം

ഹാക്കത്തോൺ അവസാനിച്ചു, എന്നാൽ പാഠങ്ങൾ അവസാനിച്ചില്ല. മെന്റർഷിപ്പ് ഒരു ദിശയിലേക്കുള്ള

വഴിയല്ലെന്ന് ഞാൻ മനസ്സിലാക്കി - ഇതൊരു പരസ്പര വളർച്ചയുടെ ബന്ധമാണ്. പങ്കെടുക്കുന്നവരെ ഞാൻ സഹായിച്ചപ്പോൾ, ഞാനും പഠിക്കുകയായിരുന്നു. ഓരോ സംഭാഷണവും, ഓരോ ചോദ്യവും, ഓരോ ഉപദേശവും എന്നെ എന്റെ സ്വന്തം മികച്ച രൂപമാക്കി.

വർഷങ്ങളായി എന്റെ ഉള്ളിൽ വളരുന്ന ഒരു കാതലായ വിശ്വാസത്തെയും ഈ അനുഭവം ശരിവച്ചു: സംരംഭകത്വം ഒരു ബിസിനസ് നിർമ്മിക്കുന്നതിനെക്കുറിച്ച് മാത്രമല്ല. ഇതൊരു കമ്മ്യൂണിറ്റി സൃഷ്ടിക്കുന്നതിനെക്കുറിച്ചും, മറ്റുള്ളവരെ പിന്തുണയ്ക്കുന്നതിനെക്കുറിച്ചും, വഴിയിൽ അവരെ ഉയർത്തുന്നതിനെക്കുറിച്ചുമാണ്. ഒരു മെന്റർ എന്ന നിലയിലുള്ള എന്റെ പങ്ക് മറ്റുള്ളവരെ സഹായിക്കുന്നതിന്റെ ഓളപ്പരപ്പ് പ്രഭാവം എന്നെ കാണിച്ചുതന്നു.

പുതിയ ബന്ധങ്ങളും ആശയങ്ങളും മാത്രമല്ലാതെ, മെന്റർഷിപ്പ്, സഹകരണം, കമ്മ്യൂണിറ്റി എന്നിവയുടെ ശക്തിയെക്കുറിച്ചുള്ള ആഴമായ ഒരു മനസ്സിലാക്കലുമായി ഞാൻ ആ ഹാക്കത്തോണിൽ നിന്ന് ഇറങ്ങി നടന്നു. അത്, എന്റെ ബാക്കി യാത്രയിൽ എന്നോടൊപ്പം ഉണ്ടാകുമെന്ന് എനിക്കറിയാമായിരുന്നു.

6

സുഖപ്രദമായ മേഖലയ്ക്ക് അപ്പുറം

രംഗം 1: അപ്രതീക്ഷിതമായ ഒരു വിളി

സമയം രാത്രി 8 മണി കഴിഞ്ഞു. എന്റെ വിദേശ ക്ലയന്റുകളിൽ ഒരാൾക്കുള്ള ലോഗോ ഡിസൈൻ ചെയ്യുന്നതിന്റെ പകുതി വഴിയിലായിരുന്നു ഞാൻ, അപ്പോഴാണ് എന്റെ ഫോൺ ഒരു അജ്ഞാത നമ്പറിൽ നിന്നും പ്രകാശിച്ചത്. സാധാരണയായി, ഞാൻ അത് അവഗണിക്കും, എന്നാൽ എന്തോ ഒന്ന് എന്നെ എടുക്കാൻ പ്രേരിപ്പിച്ചു.

"ഹലോ?"

ഒരു ആത്മവിശ്വാസമുള്ള ശബ്ദം മറുപടി നൽകി, "ഹായ്, മുക്താർ! നമ്മുടെ കോളേജിൽ ഞങ്ങൾ ഒരു ടെക് ഇവന്റ് സംഘടിപ്പിക്കുകയാണ്. നിങ്ങളുടെ യാത്രയെക്കുറിച്ച് ഞങ്ങൾ കേട്ടിട്ടുണ്ട്, സ്റ്റാർട്ടപ്പുകൾ, ഡിസൈൻ, പ്രചോദനം എന്നിവയെക്കുറിച്ച് സംസാരിക്കാൻ ഞങ്ങൾ നിങ്ങളെ ക്ഷണിക്കാൻ ആഗ്രഹിക്കുന്നു. നിങ്ങൾ തയ്യാറാണോ?"

ഒരു നിമിഷം, ഞാൻ മരവിച്ചുപോയി. ഒരു കോളേജ് പരിപാടി? ഞാൻ, നൂറുകണക്കിന് വിദ്യാർത്ഥികളുടെ മുന്നിൽ നിൽക്കുന്നു?

"തീർച്ചയായും," ഞാൻ മറുപടി നൽകി, എനിക്ക് തോന്നിയതിനെക്കാൾ സ്ഥിരതയുള്ള ശബ്ദത്തിൽ. "എനിക്ക് സന്തോഷമേയുള്ളൂ!"

ഞാൻ ഫോൺ വെച്ച്, അതിലേക്ക് നോക്കി ഇരുന്നു. ഞാൻ വർക്ക്ഷോപ്പുകളും ചെറിയ സെഷനുകളും മുമ്പ് നടത്തിയിട്ടുണ്ട്, എന്നാൽ ഇത് വ്യത്യസ്തമായിരുന്നു. ഇതൊരു യഥാർത്ഥ വേദിയായിരുന്നു, ഞാൻ അർത്ഥവത്തായ എന്തെങ്കിലും നൽകണം.

രംഗം 2: തയ്യാറെടുപ്പ്

അന്ന് രാത്രി എനിക്ക് ഉറങ്ങാൻ കഴിഞ്ഞില്ല. ഞാൻ എന്റെ മേശയിലിരുന്ന്, ആശയങ്ങൾ എഴുതി. ഞാൻ എന്താണ് പറയേണ്ടത്?

എനിക്ക് ഒരു ബോറടിപ്പിക്കുന്ന പ്രഭാഷണം നൽകാൻ താല്പര്യമില്ല .

എന്റെ യാത്ര സുഗമമായിരുന്നില്ല. പരാജയങ്ങൾ, സംശയങ്ങൾ, മുന്നോട്ട് പോകുന്നതിനേക്കാൾ ഉപേക്ഷിക്കുന്നത് എളുപ്പമെന്ന് തോന്നിയ നിമിഷങ്ങൾ ഉണ്ടായിരുന്നു. എന്നാൽ ആ വെല്ലുവിളികളാണ് കഥയെ പറയാൻ യോഗ്യമാക്കിയത്.

ഞാൻ പ്രധാന പോയിന്റുകൾ കുറിച്ചു:

ചെറുതായി തുടങ്ങുക, വലുതായി ചിന്തിക്കുക.

വിമർശനം നേരിടുകയും അവരെ തെളിയിക്കുകയും ചെയ്യുക.

സ്കൂളും ഒരു സ്റ്റാർട്ടപ്പ് നിർമ്മിക്കുന്നതും ബാലൻസ് ചെയ്യുക.

സ്ഥിരതയുടെയും സൃഷ്ടിപരമായ കഴിവുകളുടെയും ശക്തി.

രാത്രി 2 മണിയോടെ, എനിക്ക് ഒരു ഏകദേശ പദ്ധതി ഉണ്ടായിരുന്നു. ഞാൻ ഒരു പ്രസംഗം നൽകാൻ

പോകുകയായിരുന്നില്ല - ഞാൻ ഒരു കഥ പറയാൻ പോകുകയായിരുന്നു.

രംഗം 3: വലിയ ദിവസം

ഓഡിറ്റോറിയം നിറഞ്ഞിരുന്നു. അന്തരീക്ഷത്തിലെ ഊർജ്ജം വൈദ്യുത പരമായിരുന്നു, ഞാൻ ബാക്ക്സ്റ്റേജിൽ നിന്നു, ആഴത്തിൽ ശ്വാസം എടുത്തു. എന്റെ പേര് ഹാളിൽ എല്ലായിടത്തും കേട്ടു. "നമ്മുടെ പ്രത്യേക അതിഥി, മുക്താറിനെ സ്വാഗതം ചെയ്യാം!"

എത്ര കണ്ണുകൾ എന്റെ മേലുണ്ട് എന്ന് ചിന്തിക്കാതിരിക്കാൻ ശ്രമിച്ച് ഞാൻ വേദിയിലേക്ക് നടന്നു. ശ്രദ്ധിക്കുക. യഥാർത്ഥമായിരിക്കുക.

"ഹായ്, എല്ലാവർക്കും! ഞാൻ മുക്താറാണ്, ഇന്ന് ഞാൻ നിങ്ങളെപ്പോലെയുള്ള ഒരു വിദ്യാർത്ഥിയിൽ നിന്ന് എങ്ങനെ സ്റ്റാർട്ടപ്പുകൾ നടത്തുന്നതിലേക്കും, വിദേശ ക്ലയന്റുകൾക്കായി ഡിസൈൻ ചെയ്യുന്നതിലേക്കും, എന്റെ ലക്ഷ്യം കണ്ടെത്തുന്നതിലേക്കും എത്തിയെന്ന് പങ്കുവെക്കാൻ ആഗ്രഹിക്കുന്നു."

ഞാൻ ചുറ്റും നോക്കി. കാണികൾ കൗതുകത്തോടെ ചാരിയിരുന്നു.

രംഗം 4: ടേണിംഗ് പോയിൻ്റ്

എട്ടാം ക്ലാസ്സിലെ എന്റെ ടീച്ചറുടെ കഥയിൽ നിന്നാണ് ഞാൻ തുടങ്ങിയത് - കോഡിംഗ് നിർത്താൻ പറഞ്ഞ ഒരാൾ, അദ്ദേഹം പറഞ്ഞു ഞാൻ ഒന്നും നേടില്ലെന്ന്.

"ആ സമയത്ത്, ആ വാക്കുകൾ എന്നെ തകർത്തു," ഞാൻ പറഞ്ഞു, ഒരു ഇഫക്റ്റിനായി നിർത്തി. "എന്നാൽ ഉപേക്ഷിക്കുന്നതിനുപകരം, ഞാൻ കൂടുതൽ കഠിനാധ്വാനം ചെയ്തു. ഞാൻ രാവും പകലും എന്റെ കോഡിംഗ് കഴിവുകളിൽ പ്രവർത്തിച്ചു... ഫലങ്ങൾ വന്നപ്പോൾ, ഞാൻ എന്റെ പത്താം ക്ലാസ് പരീക്ഷകളിൽ എല്ലാ വിഷയത്തിനും A+

നേടി."

"അതേ ടീച്ചർ പിന്നീട് എന്നെ സ്കൂളിലേക്ക് തിരികെ വന്ന് ഒരു കോഡിംഗ് സെഷൻ നടത്താൻ ആവശ്യപ്പെട്ടു. ജീവിതം എത്ര രസകരമായി പ്രവർത്തിക്കുന്നു, ശരിയല്ലേ?"

ചിരി മുറിയിൽ എല്ലായിടത്തും പരന്നു.

രംഗം 5: ബന്ധം

ഞാൻ സംസാരിക്കുന്തോറും, ഞാൻ കൂടുതൽ സമാധാനത്തിലായി. ആർട്ടിസ്റ്റോ ഡിസൈൻസ് നടത്തുന്നതിനൊപ്പം സ്കൂൾ ജോലി ബാലൻസ് ചെയ്യുന്നതിലെ വെല്ലുവിളികളെക്കുറിച്ചും, കുടുംബ സംശയങ്ങളെക്കുറിച്ചും, മുന്നോട്ട് പോകാനുള്ള പോരാട്ടത്തെക്കുറിച്ചും ഞാൻ അവരോട് പറഞ്ഞു.

"എന്നാൽ കാര്യം ഇതാണ്," ഞാൻ തുടർന്നു, "ഓരോ വെല്ലുവിളിയും നിങ്ങളുടെ കഥയുടെ ഭാഗമാണ്. അതാണ് നിങ്ങളെ വേറിട്ടു നിർത്തുന്നത്. അത് ഉപയോഗിക്കുക."

തലകൾ അംഗീകാരത്തോടെ ചായ്ക്കുന്നത് എനിക്ക് കാണാൻ കഴിഞ്ഞു. ഇത് ഇനി എന്റെ കഥ മാത്രമായിരുന്നില്ല - അവർക്ക് ബന്ധിപ്പിക്കാൻ കഴിയുന്ന എന്തോ ഒന്നായിരുന്നു.

രംഗം 6: പിന്നീട്

ഗംഭീരമായ കൈയടികളോടെയാണ് സെഷൻ അവസാനിച്ചത്. ഞാൻ വേദിയിൽ നിന്ന് ഇറങ്ങി, എന്നാൽ അനുഭവം ഇനിയും കഴിഞ്ഞിരുന്നില്ല.

വിദ്യാർത്ഥികളുടെ ഒരു കൂട്ടം എന്നെ ചുറ്റി കൂടി, ചോദ്യങ്ങൾ ചോദിച്ചു. "വിമർശനത്തെ എങ്ങനെ കൈകാര്യം ചെയ്യും?" "പഠിക്കുമ്പോൾ ഫ്രീലാൻസ് ചെയ്യാൻ കഴിയുമോ?" "സ്കൂളും സംരംഭകത്വവും ബാലൻസ് ചെയ്യാനുള്ള രഹസ്യം എന്താണ്?"

എന്റെ സ്വന്തം കയറ്റങ്ങളിൽ നിന്നും ഇറക്കങ്ങളിൽ നിന്നും ഞാൻ പഠിച്ച കാര്യങ്ങൾ പങ്കുവെച്ച് ഞാൻ ഓരോ

ചോദ്യത്തിനും ഉത്തരം നൽകി.

ഒരു വിദ്യാർത്ഥി ചോദിക്കുന്നതിന് മുമ്പ് മടിച്ചു, "ഉപേക്ഷിക്കാൻ തോന്നാറുണ്ടോ?"

ഞാൻ ചിരിച്ചു. "തീർച്ചയായും. നമുക്കെല്ലാവർക്കും തോന്നാറുണ്ട്. എന്നാൽ രഹസ്യം ഇതാണ്: ഉപേക്ഷിക്കാൻ തോന്നുന്നത് കുഴപ്പമില്ല - നിങ്ങൾ ശരിക്കും ഉപേക്ഷിക്കാത്ത കാലത്തോളം. മുന്നോട്ട് നീങ്ങുക, ഒരു ചെറിയ പടി വെച്ചാണെങ്കിൽ പോലും."

അന്ന് വൈകുന്നേരം ഹാളിൽ നിന്ന് ഇറങ്ങിയപ്പോൾ, എന്റെ ഉള്ളിൽ എന്തോ ഒന്ന് ക്ലിക്ക് ചെയ്തു.

ഇത് എന്റെ കഥ പറയുന്നതിനെക്കുറിച്ച് മാത്രമായിരുന്നില്ല. മറ്റുള്ളവരെ അവരുടെ കഥ കണ്ടെത്താൻ സഹായിക്കുന്നതിനെക്കുറിച്ചായിരുന്നു.

7

ആർട്ടിസ്റ്റോയുടെ ഉദയം

രംഗം 1: ഒരു പേരിന്റെ ജനനം

എന്റെ പത്താം ക്ലാസ്സിലെ നീണ്ടതും അനന്തവുമായ ഒരു വൈകുന്നേരമായിരുന്നു അത്. ഞാൻ Photoshop-ൽ കളിച്ച് കുറച്ച് ഡിസൈനുകൾ ഉണ്ടാക്കുമ്പോൾ എന്റെ ലാപ്ടോപ്പ് മൃദുവായി മൂളുകയായിരുന്നു. എന്റെ അടുത്ത്, എന്റെ ഏറ്റവും അടുത്ത രണ്ട് സുഹൃത്തുക്കളും അവരുടെ സ്വന്തം പ്രോജക്ടുകളിൽ പ്രവർത്തിക്കുകയായിരുന്നു.

ഞാൻ ചാരിയിരുന്ന് പറഞ്ഞു, "നമ്മൾ ഒരുമിച്ച് എന്തെങ്കിലും തുടങ്ങണം - ഒരു യഥാർത്ഥ ഡിസൈൻ കമ്പനി."

അവർ എന്നെ നോക്കി, താൽപ്പര്യത്തോടെ.

"എന്താണ് പേരിടേണ്ടത്?" അവരിൽ ഒരാൾ ചോദിച്ചു, അവൻ കയ്യിലിരുന്ന പേന കറക്കി.

ഞങ്ങൾ കുറച്ച് നേരം ആലോചിച്ചു, ഓരോ പേരുകളായി പറഞ്ഞു. ചിലത് ബോറടിക്കുന്നതായി തോന്നി. മറ്റുള്ളവ വെറുതെ... വിചിത്രമായിരുന്നു.

അപ്പോഴാണ് എനിക്ക് തോന്നിയത്. "ആർട്ടിസ്റ്റോ!"

"ആർട്ടിസ്റ്റോ? അതിനർത്ഥം എന്താണ്?"

"ഇത് ലളിതമാണ് - 'ആർട്ടിസ്റ്റ്' ഒരു ചെറിയ സൃഷ്ടിപരമായ ട്വിസ്റ്റും. ആർട്ടിസ്റ്റോ ഡിസൈൻസ്. എന്തെങ്കിലും catchy, ഞങ്ങൾ എല്ലാം സൃഷ്ടിപരമായ കഴിവുകളെക്കുറിച്ചാണെന്ന് പറയുന്ന എന്തെങ്കിലും."

അവർ ഒരു നിമിഷം നിർത്തി, അത് മനസ്സിലാക്കാൻ അനുവദിച്ചു.

"എനിക്കിഷ്ടപ്പെട്ടു," അവരിൽ ഒരാൾ പറഞ്ഞു, തല കുലുക്കി. "ഇത് unique ആയി തോന്നുന്നു. നമുക്ക് ചെയ്യാം."

അങ്ങനെ, ആർട്ടിസ്റ്റോ ഡിസൈൻസ് ജനിച്ചു.

രംഗം 2: ഞങ്ങളുടെ ആദ്യത്തെ യഥാർത്ഥ പ്രോജക്റ്റ്

തുടക്കത്തിൽ, കാര്യങ്ങൾ പതുക്കെയായിരുന്നു. ഞങ്ങൾ ഒരു ഇൻസ്റ്റാഗ്രാം പേജ് തുടങ്ങി, കുറച്ച് ഡിസൈനുകൾ പങ്കുവെച്ചു, ഒരിക്കലും വരാത്ത സന്ദേശങ്ങൾക്കായി കാത്തിരുന്നു. ആഴ്ചകളോളം, ഒന്നും സംഭവിച്ചില്ല.

പിന്നെ ഒരു ദിവസം, സംഭവിച്ചു. ഒരു സന്ദേശം.

UAE-ൽ നിന്നുള്ള ഒരു വിദേശ ക്ലയന്റ് അദ്ദേഹത്തിന്റെ പുതിയ ബിസിനസ്സിനായി ഒരു ലോഗോ ഡിസൈൻ ചെയ്യാൻ ഞങ്ങളെ ആവശ്യപ്പെട്ടു.

എനിക്ക് വിശ്വസിക്കാൻ കഴിഞ്ഞില്ല. "ഗയ്സ്, നമുക്ക് ആദ്യത്തെ ക്ലയന്റ് കിട്ടി!" ഞാൻ വിളിച്ചു പറഞ്ഞു.

ആവേശം പെട്ടെന്ന് പരിഭ്രാന്തിയായി മാറി. ഇതൊരു സ്കൂൾ assignment ആയിരുന്നില്ല - ഇത് യഥാർത്ഥമായിരുന്നു. ഞങ്ങൾ പ്രൊഫഷണലായി എന്തെങ്കിലും നൽകേണ്ടി വന്നു.

ഞങ്ങൾ മണിക്കൂറുകളോളം പ്രവർത്തിച്ചു, ഡിസൈൻ പൂർണ്ണമാകുന്നതുവരെ പരിഷ്കരിച്ചു. ലോഗോ ആധുനികവും വൃത്തിയും ക്ലയന്റ് ആഗ്രഹിച്ചത് പോലെ തന്നെ ആയിരുന്നു.

ഞങ്ങൾ ഫൈനൽ വേർഷൻ അയച്ചപ്പോൾ, ക്ലയന്റ് ഉടൻ തന്നെ മറുപടി നൽകി: "ഇത് മികച്ചതാണ്! നിങ്ങൾ ഗംഭീരമായി ചെയ്തു."

ഞങ്ങൾ ഒരു ലോക ചാമ്പ്യൻഷിപ്പ് നേടിയതുപോലെ ആഘോഷിച്ചു.

രംഗം 3: വികാസം

ആ ആദ്യ പ്രോജക്റ്റിന് ശേഷം, വാതിലുകൾ തുറന്നു. കൂടുതൽ ക്ലയന്റുകൾ ബന്ധപ്പെട്ടു - ചിലർ പ്രാദേശിക ബിസിനസ്സുകളിൽ നിന്ന്, മറ്റുള്ളവർ അന്താരാഷ്ട്ര സ്റ്റാർട്ടപ്പുകളിൽ നിന്ന്.

ഓരോ പ്രോജക്റ്റും ഞങ്ങളെ കൂടുതൽ സൃഷ്ടിപരമാകാനും ഞങ്ങളുടെ സുഖപ്രദമായ മേഖലയിൽ നിന്ന് പുറത്തുകടക്കാനും പ്രേരിപ്പിച്ചു. എന്റെ സുഹൃത്തുക്കൾ ആർട്ടിസ്റ്റോ ഡിസൈൻസിൽ ഔദ്യോഗികമായി ചേർന്നു, ഞങ്ങൾ ജോലി വിഭജിച്ചു:

* ഞാൻ ക്ലയന്റ് കമ്മ്യൂണിക്കേഷനും ഫ്രണ്ട് എൻഡ് ഡെവലപ്മെന്റും കൈകാര്യം ചെയ്തു.

* ഒരു സുഹൃത്ത് സോഷ്യൽ മീഡിയ ഡിസൈനിൽ സ്പെഷ്യലൈസ് ചെയ്തു.

* മറ്റൊരാൾ ബ്രാൻഡിംഗിലും ഇല്ലസ്ട്രേഷനുകളിലും ശ്രദ്ധ ചെലുത്തി.

മാസങ്ങൾക്കുള്ളിൽ, ആർട്ടിസ്റ്റോ ഡിസൈൻസ് ഒരു സൈഡ് ഹസിൽ മാത്രമായിരുന്നില്ല. ഇതൊരു വളരുന്ന ബിസിനസ്സായിരുന്നു.

രംഗം 4: യാത്രയിൽ നിന്നുള്ള പാഠങ്ങൾ

16-ാം വയസ്സിൽ ഒരു കമ്പനി നടത്തുന്നത് ഒരു തമാശ യല്ല. വലിയ ക്ലയന്റുകളെ നേടുന്നത് പോലെയുള്ള ഉയർച്ചകളും, ബുദ്ധിമുട്ടുള്ള ഡെഡ്ലൈനുകൾ കൈകാര്യം ചെയ്യുന്നത് പോലെയുള്ള താഴ്ചകളും ഉണ്ടായിരുന്നു.

എന്നാൽ ഓരോ അനുഭവവും എന്നെ പുതിയ എന്തെങ്കിലും പഠിപ്പിച്ചു:

* ക്ലയന്റുകളോട് സംസാരിക്കാനും ഡീലുകൾ ചർച്ച ചെയ്യാനും.

* ഒരു ടീമിനെ മാനേജ് ചെയ്യാനും ഡെഡ്ലൈനുകൾ പാലിക്കാനും.

* ഉപേക്ഷിക്കാതെ നിരസരണത്തെയും വിമർശനത്തെയും എങ്ങനെ കൈകാര്യം ചെയ്യാം.

ഞാൻ ഒരു മെച്ചപ്പെട്ട നേതാവായി, ഒരു മെച്ചപ്പെട്ട കമ്മ്യൂണിക്കേറ്ററായി, ഏറ്റവും പ്രധാനമായി, ഒരു മെച്ചപ്പെട്ട ഡിസൈനറായി മാറി.

ഒരു രാത്രി, ഒരു രാത്രി വൈകിയുള്ള പ്രോജക്റ്റ് കഴിയുമ്പോൾ, എന്റെ സുഹൃത്തുക്കളിൽ ഒരാൾ എന്നെ നോക്കി പറഞ്ഞു, "നീ ഇതിനെ ശരിക്കും പ്രത്യേകമായ എന്തെങ്കിലും ആക്കി മാറ്റിയിരിക്കുന്നു, മുക്താർ. നീയില്ലായിരുന്നുവെങ്കിൽ, ഒരു ആർട്ടിസ്റ്റോ ഡിസൈൻസ് ഉണ്ടാകില്ലായിരുന്നു."

ഞാൻ ചിരിച്ചു തള്ളി, എന്നാൽ ആഴത്തിൽ, അവർ പറഞ്ഞത് ശരിയാണെന്ന് എനിക്കറിയാമായിരുന്നു.

രംഗം 5: വെല്ലുവിളികൾ

എന്നാൽ എപ്പോഴും സുഗമമായിരുന്നില്ല.

ഞങ്ങൾക്ക് കൈകാര്യം ചെയ്യാൻ കഴിയുന്നതിനേക്കാൾ കൂടുതൽ ജോലി ഉണ്ടായിരുന്ന നിമിഷങ്ങളുണ്ടായിരുന്നു. മറ്റു ചില സമയങ്ങളിൽ, ഒരൊറ്റ പ്രോജക്റ്റ് പോലുമില്ലാതെ ആഴ്ചകൾ കടന്നുപോയി.

ബന്ധുക്കളിൽ മിക്യവാറും ഉള്ളവരെല്ലാം വളരെ സപ്പോർട്ടീവ് ആയിരുന്നു
പക്ഷെ ചില ബന്ധുക്കൾ കാര്യങ്ങൾ എളുപ്പമാക്കിയില്ല.

"എന്തിനാണ് ഡിസൈൻ ചെയ്യാൻ ഇത്രയധികം സമയം കളയുന്നത്?" അവർ ചോദിക്കും. "പഠനത്തിൽ ശ്രദ്ധിക്കുക. ഇത് നിന്നെ എവിടെയും കൊണ്ടുപോകില്ല."

അത് നോവിച്ചു. എന്നാൽ ഞാൻ എന്തിനാണ് ഇത് ചെയ്യുന്നതെന്ന് എനിക്കറിയാമായിരുന്നു.

ഞാൻ വെറുതെ ഡിസൈൻ ചെയ്യുകയായിരുന്നില്ല - ഞാൻ പൂജ്യത്തിൽ നിന്ന് എന്തെങ്കിലും കെട്ടിപ്പടുക്കുകയായിരുന്നു. എന്റേതായ എന്തോ ഒന്ന്. എന്റെ ചില ബന്ധുക്കൾട് എന്നെ പിന്തുണച്ചില്ലെങ്കിലും, എന്റെ സുഹൃത്തുക്കൾ എൻ്റെ കൂടെ ഉണ്ടായിരുന്നു. അവരുടെ വിശ്വാസമാണ്

എന്നെ മുന്നോട്ട് നയിച്ചത്. ഞാൻ പലപ്പോഴും അവരോട് സംസാരിക്കാറുണ്ടായിരുന്നു, എൻ്റെ ആശങ്കകളും സ്വപ്നങ്ങളും പങ്കുവെക്കാറുണ്ടായിരുന്നു. അവരാണ് എൻ്റെ ശക്തി. അവരാണ് എന്നെ വിശ്വസിപ്പിച്ചത്, എൻ്റെ കഴിവുകളിൽ എനിക്ക് വിശ്വാസം തന്നത്. അവരുടെ പിന്തുണ ഒന്നുകൊണ്ട്

മാത്രമാണ് ഞാൻ ഇത്രയും ദൂരം എത്തിയത്. ഇനിയും ഒരുപാട് ദൂരം പോകാനുണ്ട്, ഒരുപാട് കാര്യങ്ങൾ നേടാനുണ്ട്. പക്ഷെ ഞാൻ തളരില്ല. കാരണം, എൻ്റെ കൂടെ എൻ്റെ സുഹൃത്തുക്കളുണ്ട്, എൻ്റെ കുടുംബം എന്നെ പിന്തുണക്കുന്നു. അവരാണ് എൻ്റെ ശക്തി, അവരാണ് എൻ്റെ പ്രചോദനം.

ഞാൻ അവർക്ക് വേണ്ടി എൻ്റെ സ്വപ്നങ്ങൾ നേടും. അതാണ് എൻ്റെ ലക്ഷ്യം. അതാണ് എൻ്റെ ജീവിതം.

8

ഒന്നുമില്ലായ്മയിൽ നിന്ന് എന്തോ ഒന്നിലേക്ക്

ജീവിതത്തിൽ ചില സമയങ്ങളുണ്ട്, ഒന്നും ശ്രദ്ധിക്കപ്പെടുന്നില്ലെന്ന് തോന്നുമ്പോൾ - നിങ്ങളുടെ ശ്രമങ്ങൾ ആരും കാണുന്നില്ലെന്ന് തോന്നുന്നതുപോലെ. നിങ്ങൾ കഠിനാധ്വാനം ചെയ്യുന്നു, എന്നാൽ ഒന്നും മാറുന്നതായി തോന്നുന്നില്ല. ഞാനും അവിടെ ഉണ്ടായിരുന്നു.

ഞാൻ അസാധാരണമായി ജനിച്ചില്ല. ഞാൻ മികച്ച വിദ്യാർത്ഥിയായിരുന്നില്ല അല്ലെങ്കിൽ ഒരു കൂട്ടത്തിൽ വേറിട്ടു നിൽക്കുന്ന കുട്ടിയായിരുന്നില്ല. എന്നാൽ എന്നെ മുന്നോട്ട് കൊണ്ടുപോകാൻ ഒരു കാര്യം എനിക്കുണ്ടായിരുന്നു: വ്യത്യസ്തമായിരിക്കാനുള്ള ഒരു ആഗ്രഹം.

തുടക്കത്തിൽ, ആരും എന്നെ വിശ്വസിച്ചില്ല. എന്റെ ചില അധ്യാപകർ പോലും.

"എന്തിനാണ് കോഡിംഗിൽ സമയം കളയുന്നത്?" അവർ പറഞ്ഞു. "ഇത് നിങ്ങളെ എവിടെയും കൊണ്ടുപോകില്ല."

ആ വാക്കുകൾ എന്നെ തകർത്തു. നിങ്ങളെ പിന്തുണയ്ക്കാൻ കരുതുന്ന ആളുകളിൽ നിന്ന് തന്നെ അത് കേൾക്കുന്നു എന്ന് സങ്കൽപ്പിക്കുക. കുറച്ചു നാൾ, ഞാൻ എന്നെത്തന്നെ സംശയിക്കാൻ തുടങ്ങി. ഒരുപക്ഷേ അവർ

ശരിയായിരിക്കാം. ഒരുപക്ഷേ വലിയ എന്തെങ്കിലും നേടാൻ എനിക്ക് കഴിയാതിരിക്കാം.

എന്നാൽ, ഞാൻ ഒരു തീരുമാനം എടുത്തു.

ആരെയും എന്റെ ഭാവി നിർവചിക്കാൻ ഞാൻ അനുവദിക്കില്ല. മറ്റൊരാൾക്ക് എനിക്ക് കഴിയില്ലെന്ന് തോന്നിയതുകൊണ്ട് മാത്രം ഞാൻ ഉപേക്ഷിക്കില്ല. ഞാൻ കൂടുതൽ കഠിനാധ്വാനം ചെയ്യാൻ തുടങ്ങി - പുതിയ കഴിവുകൾ പഠിക്കാനും എന്നെത്തന്നെ മെച്ചപ്പെടുത്താനും എണ്ണമറ്റ മണിക്കൂറുകൾ ചെലവഴിച്ചു.

സംശയങ്ങളെ ശക്തിയാക്കി മാറ്റുന്നു

"നിങ്ങൾക്ക് കഴിയില്ല" എന്ന് ആരെങ്കിലും പറയുമ്പോൾ, ആ വാക്കുകൾ എടുത്ത് ഇന്ധനമാക്കി മാറ്റുക.

ഓരോ രാത്രിയും. ഓരോ ആത്മസംശയവും. ഓരോ പരാജയവും - അതെല്ലാം നിങ്ങളുടെ കഥയുടെ ഭാഗമായി മാറുന്നു.

ഒരിക്കൽ എന്നെ നിരുത്സാഹപ്പെടുത്തിയ അതേ അധ്യാപകൻ പിന്നീട് ചോദിച്ചു, "ഞങ്ങളുടെ വിദ്യാർത്ഥികൾക്കായി ഒരു സെഷൻ നടത്താൻ നിങ്ങൾക്ക് വരാമോ?"

"ഇത് അവരെ പ്രചോദിപ്പിക്കും," അവർ പറഞ്ഞു.

ജീവിതം എത്ര രസകരമായി പ്രവർത്തിക്കുന്നു, ശരിയല്ലേ?

ഞാൻ ചിരിച്ചു സമ്മതിച്ചു. എന്തെങ്കിലും തെളിയിക്കാൻ ആഗ്രഹിച്ചതുകൊണ്ടല്ല, പ്രധാനപ്പെട്ട ഒന്ന് ഞാൻ മനസ്സിലാക്കിയതുകൊണ്ട്:

ഇന്ന് നിങ്ങൾ നേരിടുന്ന തടസ്സങ്ങൾ നാളെ മറ്റുള്ളവർക്ക് പ്രചോദനം നൽകുന്ന കഥകളായി മാറും.

മുന്നോട്ട് നീങ്ങുക

യാത്ര ഒരിക്കലും എളുപ്പമല്ല. ഉപേക്ഷിക്കാൻ തോന്നിയ സമയങ്ങളുണ്ടായിരുന്നു - പ്രത്യേകിച്ച് കാര്യങ്ങൾ

കഠിനമാകുമ്പോൾ, സ്കൂൾ ജോലി, സൈഡ് പ്രോജക്ടുകൾ, എല്ലാ വശത്തുനിന്നും വിമർശനം നേരിടേണ്ടി വരുമ്പോൾ. എന്നാൽ ആഴത്തിൽ, ഞാൻ മുന്നോട്ട് പോകേണ്ടതുണ്ടെന്ന് എനിക്കറിയാമായിരുന്നു.

ഞാൻ റൂമിലെ ഏറ്റവും സ്മാർട്ടായ വ്യക്തിയല്ലായിരുന്നു, എന്നാൽ ഞാൻ ഏറ്റവും നിശ്ചയദാർഢ്യമുള്ള ഒരാളായിരുന്നു.

ഞാൻ പഠിച്ച ഒരു കാര്യം ഇതാണ്: വിജയം ഏറ്റവും മികച്ചതായിരിക്കുന്നതിനെക്കുറിച്ചല്ല; ഒരിക്കലും ഉപേക്ഷിക്കാത്തതിനെക്കുറിച്ചാണ്.

നിങ്ങളുടെ സമയം വരും

നിങ്ങൾ ഇപ്പോൾ കുടുങ്ങിയിരിക്കുകയാണെന്ന് തോന്നിയേക്കാം. ഒരുപക്ഷേ നിങ്ങൾ എന്തെങ്കിലും ശ്രമിച്ചിട്ടും പരാജയപ്പെട്ടിരിക്കാം. ഒരുപക്ഷേ നിങ്ങളുടെ ചുറ്റുമുള്ള ആരും നിങ്ങളുടെ സ്വപ്നങ്ങൾ മനസ്സിലാക്കുന്നില്ലായിരിക്കാം. എന്നാൽ എന്നെ വിശ്വസിക്കൂ, നിങ്ങളുടെ സമയം വരും.

തിരക്ക് കൂട്ടരുത്. ചെറിയ ചുവടുകൾ വെക്കുക, തെറ്റുകളിൽ നിന്ന് പഠിക്കുക, മുന്നോട്ട് നീങ്ങുക. ഓരോ ചുവടും, എത്ര ചെറിയതാണെങ്കിലും, നിങ്ങൾ എവിടെയായിരിക്കാൻ ഉദ്ദേശിക്കുന്നുവോ അവിടെ എത്താൻ നിങ്ങളെ അടുപ്പിക്കുന്നു.

എനിക്ക് ഒന്നും ഇല്ലാത്ത സ്ഥലത്ത് നിന്ന് തുടങ്ങി എന്റെ സ്വന്തം വഴി കണ്ടെത്താൻ കഴിയുമെങ്കിൽ, നിങ്ങൾക്കും കഴിയും.

നിങ്ങൾ കരുതിയതിലും ശക്തരാണ്. ഇത് നിങ്ങളുടെ കഥയുടെ തുടക്കം മാത്രമാണ്.

www.ingramcontent.com/pod-product-compliance
Lightning Source LLC
LaVergne TN
LVHW041256150826
845673LV00008B/2606

* 9 7 9 8 8 9 7 2 4 8 4 9 0 *